கிராமம் நகரம் மாநகரம்

நா.முத்துக்குமார்

டிஸ்கவரி பப்ளிகேஷன்ஸ்

எண்: 9, பிளாட் எண்: 1080A, ரோஹிணி பிளாட்ஸ்
முனுசாமி சாலை, கே.கே.நகர் மேற்கு,
சென்னை – 600 078. பேச: 99404 46650

வெளியீட்டு எண்: 0377

கிராமம் நகரம் மாநகரம்
ஆசிரியர்: நா.முத்துக்குமார்

Graamam Nagaram Maanagaram
Author: Na.Muthukumar
Copyright: Jeeva Muthukumar©
1st Edition: Dec - 2020-6th Nov - 2024
ISBN: 978-93-89857-38-2
Pages: 112.
Rs. 140

Publisher • Sales Rights

Discovery Publications
No. 9, Plot,1080A, Rohini Flats,
Munusamy Salai,
K.K.Nagar West, Chennai - 78.
Tamilnadu, India.
Mobile: +91 99404 46650

Discovery Book Palace (P) Ltd
No. 1055-B, Munusamy Salai,
K.K.Nagar West,
Chennai-600 078.
Ph: (044) 4855 7525
Mobile: +91 87545 07070

discoverybookpalace@gmail.com / www.discoverybookpalace.com

இந்த நூலில் பிரசுரமாகியுள்ள எந்த ஒரு பகுதியையும், பதிப்பாளரின் எழுத்துபூர்வமான முன்அனுமதி பெறாமல் எடுத்தாள்வதோ, மறுபிரசுரம் செய்வதோ, மொழியாக்கம் செய்வதோ, அச்சு மற்றும் மின்னணு ஊடகங்களில் மறுபதிப்பு செய்வதோ, காப்புரிமைச் சட்டப்படி தடை செய்யப்பட்டுள்ளது. இந்த நூலிலிருந்து குறிப்பிட்டப் பகுதிகளை மேற்கோள்காட்டி புத்தக விமர்சனம் செய்ய, ஊடகங்களுக்கு மட்டும் அனுமதி உண்டு.

உங்கள் மொபைல் போனிலிருந்து ஸ்கேன் செய்து டிஸ்கவரி புக் பேலஸின் மொபைல் ஆப்பை டவுன்லோடு செய்து, புத்தகங்களை வாங்குங்கள்.

சமர்ப்பணம்

காட்டின் பிள்ளை பவா செல்லதுரைக்கும்
கொள்கைகளின் பிள்ளை பாமரனுக்கும்

அப்பாவின் புத்தகம்

அப்பாவின் கண்களைப் பார்த்தால்
தீ போல தெரியும்!
அவர் எழுதிய வரிகளோ
பூ போல விரியும்!

அப்பாவின் கைகள்
இரும்பு போல இருக்கும்!
அவரின் கற்பனைகளோ
எரிமலைக் குழம்பு போல தெறிக்கும்!

அப்பாவின் கால்கள் புலிபோல்
பதுங்கிச் செல்லும்!
அவரின் கருத்துகளோ
எங்கிருந்தாலும் அது வெல்லும்!

அப்பாவின் மூளை அவரது கற்பனைச்
சாலையைக் கடக்கும்!
இது எனது வரப்போகும்
கவிதைப் புத்தகத்தின் தொடக்கம்!

அப்பாவின் புத்தத்தை வாங்கி
தமிழ் வளர்க்க வாருங்கள்!
எங்கள் குடும்பத்தில்
நீங்களும் ஒன்றாகச் சேருங்கள்!

நன்றி
கவிஞர் **ஆதவன் முத்துக்குமார்**.

டிசம்பர் - 2020.

நா.முத்துக்குமார் (1975)

காஞ்சிபுரம் அருகில் உள்ள கன்னிகாபுரம்தான் நா.முத்துக்குமாரின் சொந்த ஊர். தறிக்கூடத்தின் ஒலியில் வளர்ந்த இவர், கிராம பள்ளிக்கூடத்தில் படித்துமுடித்து, காஞ்சிபுரம் பச்சையப்பனில் இளங்கலை இயற்பியல் பட்டமும், சென்னை பச்சையப்பன் கல்லூரியில் முதுகலை தமிழ் இலக்கியப் பட்டமும், சென்னை பல்கலைக்கழகத்தில் திரைப்பாடல் ஆய்வுக்காக முனைவர் பட்டமும் பெற்றவர்.

இவரது கவிதைகள், ஆங்கிலம், மலையாளம், இந்தி, பிரெஞ்சு, ஜெர்மன் ஆகிய மொழிகளில் மொழிபெயர்க்கப்பட்டு, பல்வேறு பல்கலைக்கழகங்களில் பாடத்திட்டமாகவும் வைக்கப்பட்டுள்ளன.

‘பட்டாம்பூச்சி விற்பவன்’ தொகுப்புக்காக 1997ம் ஆண்டின் ‘ஸ்டேட் பாங்க் விருது’ பெற்றுள்ளார். 1999ஆம் ஆண்டிலிருந்து திரைப்படங்களுக்குப் பாடல்கள் எழுதி வந்த நா.முத்துக்குமார், திரைஇசைப் பாடல்களுக்காக, சிறந்த பாடலாசிரியருக்கான இந்திய அரசின் தேசிய விருது, பிலிம்ஃபேர் விருது, தமிழக அரசின் கலைமாமணி விருது மற்றும் சிறந்த பாடலாசிரியர் விருது என பல விருதுகளையும் பெற்றுள்ளார்.

நா.முத்துக்குமாரின் அனைத்து நூல்களையும் அவரது நினைவுப் பதிப்பாக வெளியிடுவதில் டிஸ்கவரி புக் பேலஸ் பெருமைகொள்கிறது.

இந்த நூல்கள் வெளிவருவதற்குப் பெரிதும் துணையாக இருந்த திரைப்பட இயக்குனர்கள் ஏ.எல்.விஜய், அஜயன் பாலா, படைப்பாளர்கள் பவா செல்லதுரை, கே.வி.ஷைலஜா வழக்கறிஞர் சுமதி ஆகியோருக்கும் மற்றும் நூல்களை வெளியிட அனுமதி தந்த நா.முத்துக்குமாரின் மனைவி ஜீவா, மகன் ஆதவன் முத்துக்குமார் ஆகியோருக்கும் நெஞ்சார்ந்த நன்றிகள்.

நூல்களின் விற்பனை மூலம் பெறப்படும் தொகையில், ஒரு பகுதி நா.முத்துக்குமாரின் குடும்பத்ினருக்கு அளிக்கப்படுகிறது என்பதினால் வாசகர்களும் பெருமையடையலாம்.

- பதிப்பாளர்

சாளரம்

நினைவில் காடுகள்	8
பால்ய நதி	10
கன்னிகாபுரம் – காஞ்சிபுரம் – சென்னை	12
நினைவில் காடுள்ள மிருகம்	15
உறைந்து போன நதி	19
விண்மீன்களின் ரகசியம்	23
ஞாயிற்றுக்கிழமை வெள்ளிக்கிழமை	29
நெடுநாள் வாடை	33
காட்டுமிராண்டியின் கால்தடம்	38
தேள் விழும் தாழ்வாரம்	43
A B C D	48
ரசம் உதிரும் கண்ணாடிகள்	52
சைக்கிளாற்றுப் படை	57
உயரங்களுடன் சூதாட்டம்	61
சக்கரம் கட்டிய வண்ணத்துப்பூச்சி	67
மழைக்கு ஒதுங்கும் மாடார்	72
சண்முகசுந்தரத்தின் சதுரக் காதல்	78
டீ சாப்பிடுங்க தோழர்	84
மைதானத்தில் விளையாடுபவன்	89
குறிஞ்சிப் பாட்டு	94
சித்தார்த்தன் புத்தனான இரவு	99
பென்சில்கள் கூர்தீட்டப்படுகின்றன	102
ரயிலின் கடைசிப் பெட்டி	107

நினைவில் காடுகள்

ஒரு புத்தகத்துக்காக நகரம் பற்றிய தமிழ்க் கவிதைகளைச் சேகரிக்க நான் முற்பட்டபோது, அத்தனை கவிதைகளிலும் ஓர் இனம் புரியா சோகம் இழைந்தோடிற்று.

கவிதைகளில் நகரம் எல்லாவித மென்மைகளையும், நயங்களையும், மென் உணர்வுகளையும் வதம் செய்யும் அசுரத் தோற்றத்துடன் காட்சி அளித்தது.

கிராமம் என்பது இதற்கு நேர்மாறான தோற்றத்தில், வெள்ளை மனத்துடன், கொள்ளை அழகுடன், பிணைந்த உறவுகளுடன் நின்றது.

எளிமை-சிக்கல், பசுமை-வறட்சி, நிதானம்-வேகம், நேயம்-நேயமின்மை என்ற எதிர்மறை பிம்பங்களிலேயே கிராமமும் நகரமும் சாதாரணமாக நோக்கப்படுகின்றன. எல்லாம் இருந்தும் நகரம் எல்லாவற்றையும் இழந்திருப்பது போலவும், பல வளங்கள் இல்லாவிட்டாலும் கிராமம் ஒரு பெரிய பாரம்பரிய சொத்து ஒன்றைப் பாதுகாத்து வருவது போலவும் செய்யும் கற்பனைகள் இலக்கியத்தில் இதம் தருபவை. மிகவும் எளிமைப்படுத்தப்பட்ட எதிர்மறைகள் இவை. கன்னங்கரேல், வெள்ளைவெளேர் என்று இணையவே முடியாத எதிர்மறைகள்.

கிராமம், நகரம், மாநகரம் எல்லாவற்றின் பின்னும் பொதுவான காடுகள் இருப்பதாக முத்துக்குமார் கூறுவது இந்த எதிர்மறைகளை ஒன்றிலிருந்து இன்னொன்று பிறக்கும் நீட்சியாகக் காட்டி அவற்றை ஒரே தொப்புள் கொடியில் இணைக்கிறது.

கிராமமும் நகரமும் அவற்றிற்குரிய தளங்களில் இயங்கிக்கொண்டிருந்தாலும் ஒன்றின் வீதி இன்னொன்றுக்குப் போக வழியுண்டு; சாத்தியமுண்டு. இதை ஒட்டிய பயணங்களுமுண்டு. அங்கும் இங்கும் உடலாலும் மனதாலும் போய்வரும் பயணங்களிலிருந்து பிறக்கும் கட்டுரைகளாகவே இந்தக் கட்டுரைகள் எனக்குத் தோன்றுகின்றன.

அப்படிப் பார்க்கும்போது இந்தக் கட்டுரைகளில் வரும் மனுஷிகள், மனிதர்கள், சிறுமிகள், சிறுவர்கள், நிகழ்வுகள் அனைத்தும் நினைவுகூரல் எனும் வலுவான கயிற்றால் பிணைக்கப்பட்டு இருப்பதை உணர முடிகிறது. இந்தக் கயிற்றால் சுருக்குப்பையில் கடவுளை வைத்திருக்கும் பாட்டியிலிருந்து நகர வீதியில் இறைபட்ட பூக்கள் வரை அவரால் முடிச்சுப்போட முடிகிறது.

எல்லாருக்கும் டீ வாங்கித்தரும் மார்க்சீய தோழரிலிருந்து கல்லூரியில் பலமுறை காதலித்து, கடைசியில் ரங்கனாதன் தெருவில் பிள்ளைக்குப் பால் டப்பா வாங்க கடன் கேட்கும் குடும்பஸ்தனாகிவிட்ட நபர் வரை கோர்க்க முடிகிறது. நகரத்தில் வண்டியோட்டும் பெண்ணைத் தொடரும் நண்பரிலிருந்து கவிதைகளை வெளியிட மாடுகளை விற்கும் கவிஞன் வரை எட்ட முடிகிறது. காதலித்ததால் தற்கொலை செய்துகொண்ட பெண்ணிலிருந்து தன் மனதில் எழும் கேள்விகளை எழுத பென்ஸிலைக் கூராக்கும் சிறுமி வரை தொட முடிகிறது. இப்படி உருவாகும் பிம்பங்கள் தாம் இக்கட்டுரைகளுக்கு வலுவூட்டுகின்றன.

தன் நினைவில் இன்னும் காடுகள் இருப்பதாக முத்துக்குமார் கூறுகிறார். அப்படி இருப்பதாலேயே இந்தக் கட்டுரைகள் இவ்வாறு உயிர் பெறுகின்றன. நினைவில் காடுள்ள உயிர்களை அடக்குவது கடினம். கட்டுண்டு கிடக்கும் உயிர்கள் அல்ல அவை. தொடர்ந்து தளைகளை அறுக்க முயற்சிப்பவை. தன் நினைவில் உள்ள காடுகளை அழிய விடாமல் இவர் தக்க வைத்துக்கொள்வார் என்று நம்புகிறேன். அப்படி செய்யத் தவறினால் அவற்றை மீண்டும் இவர் நினைவில் புகுத்தும் பொறுப்பை நான் ஏற்கவேண்டி வரும். இந்தப் பொறுப்பை நான் ஏற்கும்பட்சத்தில் நான் உபயோகிக்கும் முறைகள் நயமாக இருக்காது என்று இப்போதே சொல்லிவிடுவது நலம்.

- அம்பை

மும்பை, 16.10.2003.

பால்ய நதி

பால்ய நினைவுகள் வசீகரமானவை. நினைவாற்றங் கரையில் நடந்து திரிவது எவருக்குமே சுகமானது.

பெரும்பாலும், கிராமங்களிலோ சிறுநகரங்களிலோதான் நம் பால்ய காலம் அமைந்துவிட்டிருக்கிறது. பால்யத்தைக் கடந்த பின், பிழைப்புக்கான ஒரு வாழ்விடமாகவே மாநகரத்தைத் தஞ்சமடைய வேண்டிய பொறுப்பும் நிர்ப்பந்தமும் பெரும்பாலானாருக்கு ஏற்படுகிறது.

இங்கு மனம், நெருக்கடிகளையும் சவால்களையும் எதிர்கொள்கிறது. இந்த முரண்பட்ட வாழ்நிலையும் வயதுமே கிராமம், மாநகரம் பற்றிய மனபிம்பங்களை வடிவமைக்கின்றன. பொறுப்புகளும் நிர்ப்பந்தங்களுமற்ற பால்ய வயதின் நினைவுகள் அலாதியானவைதாம்.

கிராமம், நகரம், மாநகரம் என நகர்ந்து வந்த வாழ்வுதான் என்னுடையதும். எனினும், இன்று யோசிக் கையில், மாநகரத்தின் அகண்டவெளி எனக்கு மிகவும் உகந்ததாகவே இருந்திருக்கிறது. வாழ்வின் சாத்தியங்களை இந்த வெளி எனக்கு விஸ்தரித்துக் கொடுத்திருக்கிறது. நா.முத்துக்குமாருக்கும் இது நிகழ்ந்திருக்கிறது என்பதை இந்தக் கட்டுரைகளில் உணர முடிகிறது. கிராமம் பற்றிய புளகாங்கிதமோ, மாநகரம் பற்றிய கசப்போ இவர் எழுத்து களில் இல்லாதது இவருடைய மேலான மன ஸ்திதியைக் காட்டுகிறது.

பால்ய நினைவுகளின் அலையடிப்புகளோடு ஆற்றங் கரையோரமாய் சாவகாசமாக நடந்து செல்வதைப்

போன்றதொரு பாந்தமான நெருக்கத்தையும் இதத்தையும் இந்தக் கட்டுரைகள் தருகின்றன.

இந்தக் கட்டுரைகளின் உயிரோட்டமாக சலனம் கொண்டிருக்கும் நா.முத்துக்குமாரின் பால்ய வயது நினைவுகள் நம் நினைவு நதியினுள் ஒரு கல்லென உள்ளிறங்கி, குமிழிகளையும் வளையங்களையும் உருவாக்கியபடி நினைவுகளின் தொட்டிலில் நம்மைத் தாலாட்டுகின்றன.

இந்தக் கட்டுரைகள் வெகு இதமான கதைமொழியில் சல்லென வழுக்கிச் செல்லும் சரளத்தோடு எழுதப்பட்டிருக்கின்றன. ஒருவித லயத்தோடு நகர்ந்து செல்லும் நதி நீர் நடை. கொந்தளிக்கும் கடலலையின் சப்த அதிர்வு களை இவர் உரைநடை பின்னொரு காலத்தில் ஏற்கும் என்றே தோன்றுகிறது. அப்போது, இவரின் மன ஸ்திதி வேறொரு பரிமாணத்தை எட்டியிருக்கும்.

இந்தத் தொகுப்பின் கடைசிக் கட்டுரையில் நிகழும் கிராமத்துக்கும் மாநகரத் துக்குமான கடித உரையாடலி லிருந்து இந்த நம்பிக்கை வலுவாக உருவாகிறது.

- சி.மோகன்

சென்னை, 16.12.2003.

கன்னிகாபுரம் - காஞ்சிபுரம் - சென்னை

பால்யம் ஒரு கண்ணாடிக்குளம். அதை உடைத்து உள்ளே மூழ்கும்போது சில்லுச் சில்லாய் முப்பரிமாண பிம்பங்கள் அறியப்படாத ஓர் உலகத்துக்கு அழைத்துச் செல்கின்றன.

கிராமத்தில் பிறந்து நகரத்தில் படித்து மாநகரத்தில் வாழ்ந்துகொண்டிருப்பவன் நான். இந்த மூன்று நிலவியலும் இவை சார்ந்து என்னைக் கட்டமைத்துக்கொண்டிருக்கும் உளவியலும் இந்தப் புத்தகத்தில் பதிவு செய்யப்பட்டிருக்கின்றன.

கல்கி வார இதழில் வெளியான கட்டுரைகள் இவை. ஒரு தொடருக்காக அதன் உதவி ஆசிரியர் ஏக்நாத் அணுகியபோது என்னை இந்தத் தலைப்பை நோக்கித் திருப்பிவிட்டது நண்பர் க.கஜேந்திரன். ஒவ்வொரு வாரமும் திரைப்பாடல் பணிகளுக்கு நடுவே கட்டுரை தர வேண்டிய திங்கட்கிழமைகளின் அதிகாலைகளில் அமர்ந்து அச்சுக்குப் போகும் அரை மணி நேரத்துக்கு முன்புவரை எழுதிக்கொண்டிருந்த சுகமான அவஸ்தைகள் மனதில் வருகின்றன. என்னால் கடைசி நிமிட பரபரப்புகளுக்குப் பழகிப் போன கல்கி ஆசிரியர் குழுவைச் சேர்ந்த நண்பர்கள் ஏக்நாத், அனுராதா சேகர், ஆர்.சி. ஜெயந்தன் ஆகியோரையும், என்ன எழுதப் போகிறேன் என்றுகூட கேட்காமல் என் படைப்புக்கு மரியாதை தந்து முழுச் சுதந்திரம் அளித்த கல்கி ஆசிரியர் சீதாரவி அவர்களையும் நன்றியுடன் நினைத்துக் கொள்கிறேன்.

எதிர்பாராத திசைகளில் இருந்தெல்லாம் இக்கட்டுரைகளுக்கு கிடைத்த வரவேற்பு நெகிழச் செய்கின்றன. இக்கட்டுரைகள் தொடராக வந்த காலத்தில் விமர்சனங்கள் செய்து என் மனதுக்குள் மை ஊற்றிய, நான் மதிக்கும் எழுத்தாளர்கள் ஜெயமோகன், கந்தர்வன், வண்ணதாசன், எஸ்.ராமகிருஷ்ணன், சி.மோகன், பாவண்ணன், இந்திரன், அறிவுமதி மற்றும் இயக்குநர்கள் சீமான், மதுரவன்,

அழகம்பெருமாள், வசந்தபாலன், சென்னை பல்கலைக்கழக மொழித் துறைத் தலைவர் டாக்டர் வ.ஜெயதேவன், பா.கிருஷ்ணக்குமார், என் வழியில் வெளிச்சம் தரும் ஆசான் பாலுமகேந்திரா, நண்பர் அப்துல்லா, மிகவும் பொருத்தமானதொரு முன்னுரை எழுதித் தந்த எழுத்தாளர் அம்பை ஆகியோருக்கு என் நன்றிகள்.

மொழிக்கு முன்னால் எனக்கு அறிமுகமானவை கோடுகளே. என் முதல் ஓவியம் சிறுவயதில் வசித்த கூரை வீட்டின் சமையலறைச் சுவரில் இருந்தது. காலம் அதை இடித்துவிட்டது. இருபது வருடம் கழித்து இத்தொகுப்புக் காக கோட்டோவியங்கள் வரைந்துள்ளேன். ஆழ்மனதின் கிறுக்கல்கள் இவை.

ஐந்து வயதிலேயே தாயை இழந்தவன் நான். இருபது வயது வரை கிராமத்தில் என்னை வளர்த்தவர் அப்பாவைப் பெற்ற பாட்டி கிருஷ்ணவேணி அம்மாள். இருபது வயதுக்குப் பிறகு மாநகரத்தில் என்னை வளர்த்துக்கொண்டிருப்பவர் அம்மாவைப் பெற்ற பாட்டி கிருஷ்ணவேணி அம்மாள். இருவர் பெயரும் கிருஷ்ணவேணி என்பது இயற்கையின் இனிய ஒற்றுமை. இவர்கள் இன்றி என் முகவரி சிதறிப் போயிருக்கும். நன்றி என்ற வார்த்தைக்குள் எப்படி இவர்களை அடைப்பது?

சிறுவயதில் விளையாட்டில் ஏற்படும் காயங்களில் எல்லாச் சிறுவர்களும் அம்மா என்று குரலெடுத்து அழுவார்கள். அப்போதுகூட நான் 'அப்பா' என்றுதான் அழுதிருக்கிறேன். என் ஆளுமையில் பெரும்பங்கு வகிக்கும் தந்தை எ.நாகராசனுக்கும் என் அன்பு.

காட்டுப்ப்ரியத்துடன்,
நா.முத்துக்குமார்

நினைவில் காடுள்ள மிருகம்

கிராமம், பாட்டிகளின் சுருக்குப்பையில் உள்ள சில்லறைகளைப் போன்றது. சுருக்குப் பைகளின் உலகம் வேறு உலகம். அதன் முடிச்சுகள் பிரியங்களால் ஆனவை. காலத்தின் இடுப்பில் அதே பழைய வாஞ்சையுடன் நிராதரவாய்த் தொங்கிக்கொண்டிருப்பவை.

அதன் எளிமையும், அழகும், எந்த விதத்திலும் நம்மை நோக்கிச் சவால் விடாதவை.

ஒரு மலைப்பிரதேசத்துக் காற்று மாதிரி எப்போது கேட்டாலும் பிள்ளைகளுக்கும் பேரன்களுக்கும் எடுத்துக் கொடுக்க, அதில் இன்னமும் சில்லறைகள் இருந்து கொண்டிருக்கின்றன.

சுருக்குப்பையில் உள்ள சில்லறைகளில் விபூதி வாசனை வருவதை நீங்கள் கவனித்தது உண்டா?

ஒருமுறை எங்கள் பாட்டியின் சுருக்குப் பையை அவளறியாமல் திருடி, பிரித்துப் பார்த்தேன். அதில் கடவுள் ஒளிந்துகொண்டு இருந்தார். கொஞ்சம் மிரட்சியும், கொஞ்சம் அதிர்ச்சியுமாய் இருந்த என்னை நோக்கி, காலம் அந்தச் சுருக்குப்பையில் சில்லறைகளைத் திருடிக் கொண்டு, அடகுச் சீட்டு ரசீதுகளை வைப்பது குறித்து கவலைப்படுவதாய்ச் சொன்னார். கைகள் நடுங்க திரும்ப வைத்துவிட்டேன்.

நகரம், அம்மாக்களின் அஞ்சறைப் பெட்டியில் உள்ள சில்லறைகளைப் போன்றது.

அம்மாக்களின் உலகம் அஞ்சறைப் பெட்டிகளால் ஆனது. ஒவ்வொரு அஞ்சறைப் பெட்டியைத் திறக்கும்போதும் அதற்குள் ஓர் அம்மா அழுதுகொண்டிருக்கிறாள்.

அதன் ஒவ்வொரு அறையிலும் அவளது கனவுகள் ஒளித்து வைக்கப்பட்டிருக்கின்றன. அதன் மிளகாய்த்தூளில் அவள் கோபம்; அதன் மஞ்சள்தூளில் அவள் காமம்; அதன் சில்லறைகளில் அவள் பாசம்.

சதுரங்க ஆட்டத்தில் சிப்பாய்களை வெட்டுக் கொடுக்காமல் சேமிப்பது மாதிரி, சேர்த்து வைக்கப்பட்ட சில்லறைகள் அவை.

காலம் காலமாய் அவளது பிறந்தகத்தின் வறுமையையும், பதற்றத்தையும் அவை சொல்லிக்கொண்டிருக்கின்றன.

புருஷனுக்கும், பிள்ளைகளுக்கும் தெரியாமல் பிறந்த வீட்டில் இருந்து வரும் சகோதரனுக்கு, அஞ்சறைப் பெட்டியில் இருந்து காசு எடுத்துத் தரும் அம்மாக்களை நீங்கள் பார்த்ததுண்டா? அம்மாக்கள் அக்காக்களாகும் அழகிய தருணம் அது.

அஞ்சறைப் பெட்டிக்குள்ளும் ஒரு கடவுள் ஒளிந்திருந்தார். ஆனால், இவரது கவலை வேறு வகையாக இருந்தது. தன்னுள் சேமிக்கப்படும் சில்லறைகள் எளிதில் கறை படிந்துவிடுகின்றன என்பது அவரது வருத்தம்.

மாநகரம், அப்பாவின் சட்டைப் பையில் உள்ள ரூபாய் நோட்டுகளைப் போன்றது.

அப்பாவின் உலகம் திறக்கவே முடியாத கதவுகளால் ஆனது. அதன் ஒவ்வொரு வாசலிலும் கண்டிப்புகளால் ஆன கனத்த பூட்டு.

அப்பாவின் சாயலில் உள்ள பெட்டிக்கடைக்காரரிடம் சிகரெட் வாங்கும்போதெல்லாம் உங்கள் விரல்கள் நடுங்குவதுண்டா? அப்பாக்கள் சாயல்களிலும் நம்மைத் துரத்திக்கொண்டு இருக்கிறார்கள்.

அப்பா பயமில்லாத ஒரே ஒரு மனிதன் ஆதாம் மட்டுமே. நம் பால்யங்கள் நம்மை ஆதாமாக மாறவே தூண்டுகின்றன.

ஆயின், அப்பாக்களின் கவலை அப்பாவாக இருந்து பார்த்தால்தான் தெரியும். ஒரு நாள், அப்பா தோழனாகும் தருணங்கள் வாய்க்கும். அந்தக்காலத்தில் நீங்கள் அப்பாவாகி யிருப்பீர்கள்.

அப்பாவின் சட்டைப் பையிலும் ஒரு கடவுள் அமர்ந்திருந்தார். ரூபாய் நோட்டுக்களால் மூச்சுத் திணறும் இதயங்கள் பணப் பெட்டிகளாக மாறுவது குறித்து அவரது பயம் இருந்தது.

கிராமத்தில் வாழ்ந்தாலும், நகரத்தில் வாழ்ந்தாலும், மாநகரத்தில் வாழ்ந்தாலும், நாமெல்லாம் காடுகளின் பிள்ளைகள். காடுகளில் வேட்டையாடித் திரிந்து குகைகளில் வாழ்ந்தவர்கள். அதன் நினைவலைகள் எங்கு வாழ்ந்தாலும் நம்மைத் துரத்திக்கொண்டு இருக்கும்.

ஜார்ஜ் தாம்சன் போன்ற மானுடவியல் ஆய்வாளர்கள், நம் சமூகத்தைத் தாய்வழிச் சமூகமாகச் சித்திரிக்கின்றனர். இனக் குழுவின் தலைவியாக பெண்ணே இருந்தாள். அதனால்தான் இன்றும் சிறு தெய்வங்கள் பல பெண் தெய்வங்களாக இருக்கின்றன.

குகைகளில் வாழ நேர்ந்தபோது தீ நமக்குக் கடவுளாக இருந்தது. உணவுக்கும், வெளிச்சத்துக்குமான தீ. சிக்கிமுக்கிக் கற்களில் உரசி உருவான தீ. மனிதனின் முதல் விஞ்ஞான தீ.

இரவுகளில் தீயைப் பாதுகாக்கவும், மிருகங்களிடமிருந்து தப்பிக்கவும் ஆண் காவல் புரியவேண்டி வந்தது. ஆண், குகை வாசலைப் பார்த்து அமர்ந்திருக்க, இரவுகள் பூச்சிகளின் சப்தத்துடன், நீண்டுகொண்டே இருந்தன. அந்தக் குகைவாசல் இன்னமும் யுகங்கள் தாண்டி, ஒவ்வொரு ஆணின் உதிரத்திலும் ஒளிந்தபடி துரத்திக் கொண்டிருக்கிறது.

இன்றும் நான் எந்த உணவகம் அல்லது கடைக்குச் சென்றாலும், வாசல் பார்த்த நாற்காலிகளையே தேர்வு செய்து அமர்கின்றேன். நான் மட்டும் அல்ல, எல்லா ஆண்களின் முதல்தேர்வும் வாசல் பார்த்த நாற்காலிகளே. அது காலியாக இல்லாத பட்சத்தில்தான் மற்ற நாற்காலிகள். பெண்களுக்கு இந்த வாசல்களின் துரத்துதல் இல்லை. தன்னிச்சையாக அவர்களின் இருக்கை தேர்ந்தெடுக்கப்படுகிறது.

சமீபத்தில் மலையாளக் கவிஞர் சச்சிதானந்தனின் கவிதை ஒன்றைப் படித்தேன். மேலே சொன்ன பின்னணியில் அந்தக் கவிதையை அணுகியபோது அதன் ஒவ்வொரு வரியும் காட்டுத் தீயுடன் என்னைத் துரத்திக்கொண்டிருந்தன.

அந்தக் கவிதை..

நினைவில் காடுள்ள மிருகம்

நினைவில் காடுள்ள மிருகத்தை
எளிதாகப் பழக்க முடியாது
அதன் தோலில்
காட்டுச் சதுப்பு நிலங்களின் குளிர்ச்சி
அதன் மயிர்க்கால்களில்
காட்டுப் பூக்களின் உக்கிர வாசனை
அதன் கண்மணிகளில்
பாறைகளில் வழுக்கி விழும் காட்டுச் சூரியன்
அதன் வாயில் காட்டாறுகள் கர்ஜிக்கின்றன
அதன் நாவில் காட்டுத்தேன் எரிகின்றது
அதன் செவிகளில்
அடவிகளின் மேகங்கள் முழங்குகின்றன
அதன் ரத்தத்தில்
காட்டு யானைகள் பிளிறுகின்றன
அதன் சிந்தனைகள்
காட்டுப்பாதைகளில் குதித்தோடுகின்றன
நினைவில் காடுள்ள மிருகத்தை
எளிதாகப் பழக்க முடியாது
என் நினைவில் காடுகள் இருக்கின்றன.

(தமிழில்: கவிஞர் சிற்பி)

என்று அந்தக் கவிதை முடிகிறது. என் நினைவிலும் காடுகள் இருக்கின்றன.

உங்கள் நினைவில்..?

உடைந்து போன நதி

இன்னும்
தாதி கழுவாத
இப்போதுதான்
புதிதாகப் பிறந்த
குழந்தையின்
பழைய சட்டை என்று
ஏதும் இல்லை
மெல்லத் திறக்கும் கண்களால்
எந்த உலகை
புதுசாக்க வந்தாய்
செல்லக்குட்டி?
அதை எப்படி ஆக்குகிறாய்
என் தங்கக்குட்டி?

– தேவதச்சன்
('அத்துவான வேளை'தொகுப்பிலிருந்து)

குழந்தைகள் அழுதுகொண்டே பிறக்கின்றன. பூமி சிரித்துக்கொண்டே வரவேற்கிறது. பால்யம் தன் முதல் முரணை ஆரம்பிக்கிறது:

குழந்தைகள், ஒரு எழுதப்படாத சிலேட்டைப்போல் மண்ணில் வந்து விழுகின்றன. பால்யம், தன் முதல் புதிரைக் கிறுக்குகிறது.

குழந்தைகள் ஒரு பென்சில் மரம் வளர்க்கின்றன. பால்யம், தன் முதல் வன்முறையைக் கூர் தீட்டுகிறது.

குழந்தைகள், ஒரு பிரமாண்டத்தின் கதவைத் திறக்கின்றன. பால்யம், தன் முதல் கேள்வியைக் கேட்கிறது.

குழந்தைகள் ஒரு நிர்வாணத்தை எதிர்கொள்கின்றன. பால்யம் தன் முதல் அதிர்ச்சியை ஆரம்பிக்கிறது.

குழந்தைகள் ஒரு சக பயணியை இழக்கின்றன. பால்யம், தன் முதல் மரணத்தை அறிமுகப்படுத்துகிறது.

நம் ஒவ்வொருவருக்குள்ளும் ஒரு உறைந்துபோன நதி இருக்கிறது. அது நம் பால்யங்களின் நதி.

அதன் கரைகளில் நாம் கூழாங்கற்கள் பொறுக்கியிருக்கிறோம். அதன் சுழிகளில் நாம் மூச்சுத் திணறியிருக்கிறோம். அதன் அலைகளை எதிர்த்து நாம் நீச்சல் பழகியிருக்கிறோம்.

ஆகாயமும் சூரியனும் நிலவும் நட்சத்திரங்களும் அந்த நதியில் அசைந்து அசைந்து சென்றிருக்கின்றன.

'ஒரு மனிதனின் முழு வாழ்க்கையும் அவனுக்குக் கிடைக்கும் பால்யத்தின் மூலம் தீர்மானிக்கப்படுகிறது' என்கிறார் சிக்மண்ட் ஃப்ராய்ட்.

மூன்று வயது முதல் பதினைந்து வயது வரை உள்ள அனுபவங்களும், அலைக்கழிப்புகளும்தான் நம் ஆளுமையை உருவாக்குகின்றன. இன்றைக்கும் உலக இலக்கியங்கள் பல, பால்யத்தில் இருந்துதான் தன் மூலப் பொருளை எடுத்துக்கொள்கின்றன.

பனங்காயில் வண்டி செய்து பம்பாய்க்குச் செல்கிறேன் என்று சொல்லி பசுமாட்டுத் தொழுவத்தைச் சுற்றுவதில் ஆரம்பிக்கிறது கிராமத்தின் பால்யம். முதல் எதிர் பார்ப்புடனும், முதல் ஏமாற்றத்துடனும், முதல் சமரசத்துடனும், அந்த வண்டி, வயதின் பாதைகளில் இன்னமும் உருண்டு கொண்டிருக்கிறது.

கொட்டாங்குச்சி சிறையில் பொன்வண்டுகள் அடைபடுகின்றன. முதல் சிறை அங்கு உருவாகிறது.

விர்ரென்று காற்றில் அலைந்து அனுமதிக்கப்பட்ட நூல் உயரத்தில் பறக்கின்றன, பொன்வண்டுகள்.

எங்கிருந்துதான் முளைக்கின்றன இந்தப் பொன் வண்டுகள்? வசீகரிக்கும் வண்ணங்களுடன் எப்படி வந்து முள் மரங்களில் படர்கின்றன?

கொரிகலிக்காய் தழைகளைத் தின்றுவிட்டு பச்சை நிறத்தில் கழிவுகளும், மஞ்சள் நிறத்தில் முட்டைகளுமாய் எவ்விதம் நிறம் பிரிக்கின்றன?

கைக்கெட்டும் தூரத்தில் கருவண்டுகள் இருந்தாலும், பொன்வண்டுகள்தான் நமது இலக்கு. முதல் நிற வேற்றுமை இங்கு தொடங்குகிறது.

கார்த்திகை தீபத்துக்கு மாவளி சுற்ற பனைமரம் ஏறி... வண்ணாங்காய் பறித்து... பள்ளத்தில் கணப்பூட்டி... கருகக் கருக அரைத்து... தீச்சுடர் தீர்ந்த மட்டைகளை அடுத்த வருடத்துக்கு என முருங்கைமரத்தில் கட்டுகையில்... முதல் தீ கனல்கிறது.

ஜலதோஷ கஷாயத்துக்காய், பரந்த புல்வெளிகளில் தும்பைப்பூ தேடுகையில் முதல் மருத்துவம் தொடங்கு கிறது.

தண்ணீர்ப் பாம்புகளும், தவளைகளும் அதிர்ச்சியில் பொந்துகளில் பதுங்க, கிணற்றுக்குள் குதித்து, அடி மணலை உள்ளங்கையில் எடுத்து மேலே வந்து, மூச்சு வாங்குகையில் முதல் சவால் தொடங்குகிறது.

அடித்து வந்த ஆற்று வெள்ளத்தில் புடவையை வலையாய் வீசி, தலைப்பிரட்டைகளை மீன் என நினைத்து பிடிக்கையில், முதல் சாயல் முகம் காட்டுகிறது.

'கண்ணாமூச்சு ரே ரே' வில் முதல் தொலைதல். கபடி கபடியில் முதல் வியூகம். பம்பரத்தில் முதல் ஆக்கர். சிலம்பில் முதல் தற்காப்பு. பம்ப்செட் மறைவுகளில் மேலா? கீழா? என்று கோலிகளைக் காட்டி ஆடும் பட்டறை விளையாட்டில் முதல் சூது.

மாறாக, நகரம் மற்றும் மாநகரங்களின் பால்யம் வேறு விதமானது.

தடித்த கம்பிகளை வெறித்துக்கொண்டிருக்கிறது ஒரு குழந்தை. அடுக்கு மாடிக் குடியிருப்பின் ஜன்னல்களில் காயவைத்த துணிகள் தொங்கிக்கொண்டிருக்கின்றன.

ஒரு சட்டை கையை ஆட்டி ஆட்டிக் கேட்கிறது;

"குட்டிப் பாப்பா... இப்படியே காத்துல பறந்து போலாமா?"

குழந்தை சொல்கிறது;

"ஹோம் ஒர்க் எழுதணும்... மிஸ் அடிப்பாங்க!"

மாநகரத்தில் காத்தாடிகள் பறக்கின்றன. தாழப் பறக்கும் விமானங்களுக்கு அவை சவால் விடுகின்றன. மாநகரம் வால் இல்லாத காத்தாடிகளை உற்பத்தி செய்துகொண்டே இருக்கிறது. வால் என்பது காட்டு மிராண்டிகளின் சின்னம்.

கலர் கலரான காத்தாடிகள். அதன் நூல்கள் கண்ணாடித்துகள்களையும் மஞ்சளையும் கலந்து உறுதி யாக்கப்பட்டு இருக்கின்றன. மற்ற காத்தாடிகளை வம்புக்கு இழுக்கின்றன.

நூல் அறுந்த காத்தாடிகள் பறந்து பறந்து மின்சாரக் கம்பிகளில் இளைப்பாறுகின்றன. டீசல் புகை படிந்த காற்று, காத்தாடிகள் மீது உக்கிரமாக மோதுகிறது. காலங்காலமாய் காற்றுக்கும் காத்தாடிக்குமான யுத்தம் தொடர்கிறது. குழந்தைகள் தங்கள் கனவுகளைப் பறக்கவிட்டபடி, மொட்டைமாடியில் நிற்கிறார்கள்!

விண்மீன்களின் ரகசியம்

காதல் பிரமிப்புகளால் ஆன ஒரு வீட்டைக் கட்டுகிறது. அதில், ஒரு பாதி கதவாக ஆண் இருக்கிறான். மறு பாதி கதவாக பெண் இருக்கிறாள். இருவரும் பார்த்துக்கொண்டே பிரிந்திருக்கிறார்கள். காலம் காலமாக தங்களை சேர்த்து வைக்கக் காத்திருக்கிறார்கள். காற்றடிக்கும் போதெல்லாம் தற்காலிக தீண்டல்கள் நடக்கின்றன.

இரவு வருகிறது. திருட்டு பயம் கதவுகளை சேர்த்து வைக்கிறது. என்றாலும், காதலில் கள்வர்கள் வெளியே இருந்து வருவதில்லை. கதவுகளே களவு செய்யத் தொடங்கி விடுகின்றன.

திடீரென்று ஒருநாள் கண் விழித்து கண்ணாடி பார்க்கையில் மேல் உதட்டுக்கு மேல் மெல்லியதாய் பூனை ரோமங்கள் தலைகாட்ட, பரவசங்களும்... புதிர்களும்... நிரம்பிய ஒரு உலகத்தில் ஆண் தள்ளிவிடப் படுகிறான்.

திடீரென்று ஒரு நாள் ஊரே கூடி மஞ்சள் தேய்த்து மூலையில் தாவணியுடன் அமர

வைக்கையில், தத்தளிப்பும் தயக்கங்களும் நிரம்பிய ஒரு உலகில் பெண் தள்ளிவிடப்படுகிறாள்.

இருவருக்கும் இடையில் ஒரு மெல்லிய திரையைக் கட்டிவிட்டு யௌவனம் வேடிக்கை பார்க்கிறது.

யௌவனம், கைப்பிடியற்ற, இருபுறமும் கூர்மையான, பூக்களால் செய்யப்பட்ட, ஒரு கத்தியைக் கொடுக்கிறது. ஒரு சிலர் பூக்களுடன் வெளியே வருகிறார்கள். ஒரு சிலர் காயங்களுடன் வெளியே வருகிறார்கள்.

உடலில் இருந்து வெளியேறி உடலைப் பார்க்கும் கலையை பதின்ம வயதுகள் கற்றுக்கொடுக்கின்றன. கிட்டத்தட்ட இந்த இடத்தில்தான் கடவுளும் சைத்தானும் எதிரெதிரே அமர்ந்து கொண்டு சதுரங்கம் ஆடுகிறார்கள்.

உடல், சதையால் ஆன ஒரு அருவி. அதன் ஆரம்பம் எங்கோ தொடங்குகிறது. அதன் முடிவும் எங்கோ செல்கிறது. அந்த அருவி, மேகங்களின் சிதறல்களுடனும், நீர், தாவரங்களின் வசீகரங்களுடனும், தன்னுள் மூழ்கும் ஒவ்வொருவரையும் பாறைகளின் இடுக்குகளில் அழைத்துச் சென்று பளபளக்கும் சூரிய ஒளியை அறிமுகப்படுத்துகிறது.

இதோ ஒரு சிறுவன் அல்லது சிறுமி மனிதனாகவும் மனுஷியாகவும் மானுட சங்கமத்தில் நழுவி விழுகிறார்கள். ஒரு கூட்டுப்புழு பருவ மாற்றத்தில் பட்டாம்பூச்சியாகிறது. பதிலுக்கு இந்தப் பிரபஞ்சம் என்ன கொடுக்கிறது?

பகல், வெறுமையை பரிசளிக்கிறது.
இரவு, தனிமையை பரிசளிக்கிறது.

தூக்கமற்ற இரவுகளில் ஒவ்வொரு விண்மீனும், 'எனக்கு ஒரு ரகசியம் தெரியும், அதை உனக்குச் சொல்ல மாட்டேன்' என்று கண்ணடிக்கிறது.

வயதின் பேராற்றங்கரையில் மூழ்கித் திணறுகையில் ஒரு பிம்பம் கைப்பிடித்து வெளியே இழுக்கிறது. அது கண்ணாடி பிம்பம்.

கண்ணாடிக்கு எதிரிகள் என்று யாராவது உண்டா? கண்ணாடிகள் நட்பைக் கொண்டாடுபவை. கண்ணாடிகள்

சூட்சுமம் அறிந்தவை. நம் பிம்பத்தை நமக்கே காட்டி நம் மதிப்பையும் அன்பையும் சம்பாதிப்பவை. கண்ணாடி பார்க்கும்போதெல்லாம் நாம் கடவுளைப் பார்ப்பதைப் போல் மெய்மறந்துவிடுகிறோம்.

அழகானவை, அசிங்கமானவை, குரூரமானவை, சாந்த மானவை என கோடிக்கணக்கான பிம்பங்கள் தன் மேல் விழுந்தாலும் கண்ணாடிகள் நிர்சலனமானவை.

எது குறித்தும் அவற்றுக்குப் பெரிதாக சந்தோஷமோ அல்லது வருத்தமோ இல்லை. கண்ணாடிகளின் ஸ்படிக மௌனம் ஞானிகளுக்கும் அப்பாற்பட்டது.

கண்ணாடி பார்த்து வியத்தல்; பிரம்மித்தல்; மிரளுதல்; மோகித்தல்; புன்னகைத்தல்; தொலைதல்; தேடுதல் என பல பரிமாணங்களும் பதின்ம வயதுகளில் ஆரம்பித்து விடுகின்றன. கிராமம், நகரம், மாநகரம் இந்த மூன்று நிலவியலிலும் யௌவனம் கண்ணாடிக்குள் புதைந்து விடுகிறது.

* * *

கிராமத்து மார்கழி மாதங்கள் பூசணிப் பூக்களுடன் விடிகின்றன. தெருவடைத்த மாக்கோலத்தில் பூசணிப் பூக்கள் வைக்கும் குமரிகள் தெருக்கள் உருவானதற்கு அர்த்தம் கொடுக்கிறார்கள். இராமன் கால் பட்டு அகலிகை உயிர்பெற்றது மாதிரி இவர்களின் கைவிரல்கள் பட்டு தெருக்கள் தங்கள் நூற்றாண்டுத் தனிமையைக் கலைத்து விடுகின்றன.

பூசணிப் பூக்கள் பெரும்பாலும் குப்பைகளிலேயே பூக்கின்றன. குப்பையிலிருந்து படர்ந்து, பூசணிக்கொடி குடிசைகளில் ஏறி, கூரை முழுக்க பூசணிப்பூக்கள் பூத்த வீடுகளை நீங்கள் பார்த்திருக்கிறீர்களா? வீடு பேறு பெற்ற வீடுகள் அவை.

மார்கழி மாதங்களின் விடியலில், இரவெல்லாம் வானம் சிந்திய பனித்துளிகளைக் கவிதைகளாய் மொழி பெயர்த்து வைத்திருக்கும் பூசணிப் பூக்கள்.

கருக்கலில் அவற்றைப் பறித்து கோலங்களின் சாணி உருண்டைகளின் மேல் ஒரு சிலை வடிப்பதைப்போல குமரிப் பெண்கள் வைத்துக்கொண்டிருப்பார்கள். கண்களாலே தூது விட்டுக்கொண்டு தூரத்திலேயே சைக்கிளை விட்டு இறங்கி கோலம் கலையாமல் சைக்கிளை தூக்கிச் செல்லும் வாலிபர்கள் விட்டுச் செல்வது சைக்கிளின் தடத்தை மட்டுமா..? காதலையும்தான்!

வயல்வெளிகளில் நாற்று நடுகையில் மடைத் தண்ணீரில் சில மீன்களும் வந்துவிடுவதுண்டு. கிண்டலும், கேலிகளும், நாட்டுப்புறப் பாடல்களுமாய் களையெடுக்கும் இளம்பெண்களிடம் இருந்து வழுக்கிச் செல்வது மீன்கள் மட்டுமா..? காதலும்தான்!

ஆற்றங்கரையின் நாணல் புதர்களில்... பூப் பூத்த கரும்புத்தோட்டங்களில்... தண்ணீர் எடுக்கவரும் ஊர் பொதுக் கிணற்றடிகளில்... திருவிழாக் காலத்து தெருக்கூத்து ராத்திரிகளில்... என ஒவ்வொரு இடத்திலும் பாரதியும் செல்லம்மாவும் பாடிக்கொண்டே இருக்கிறார்கள்.

எந்தையும் தாயும் மகிழ்ந்து குலாவி
இருந்தது இவ்விடமே!

* * *

நகரத்துக் காதலை பெரும்பாலும் தட்டச்சு பயிலகங்களே முன்மொழிகின்றன. asdfgfக்குள்ளும், 1kjhjக்குள்ளும் எத்தனையோ ஆண் பெண் விரல்கள் ஒளிந்திருக்கின்றன. சில விரல்கள் ஒன்று சேர்கின்றன. சில விரல்கள் அழிக்க முடியாத ரேகைகளுடன் பிரிகின்றன.

பாம்புகளைப்போல் காகிதங்களை சுருட்டிக்கொண்டு தட்டச்சு பயிலகங்களில் இருந்து வெளியே வரும் ஆண்களும் பெண்களும் காலத்தின் சுழற்சியில் எங்குதான் செல்கிறார்கள்?

சூரியன் அவர்களுக்காக காலையிலும் மாலையிலும் தன் மஞ்சள் நிற ரேகைகளால் வெப்பத்தைக் குறைத்துக் கொண்டு ஆசீர்வாதம் செய்கிறது. அந்த மஞ்சள் வெளிச்சம்

இன்னமும் பல முகங்களில் படர்ந்து கொண்டுதான் இருக்கிறது.

நகரங்களின் கோயில் படித்துறைகளில் மீன்கள், இறைக்கப்படும் பொறிகளுக்காக கூட்டம் கூட்டமாக நீந்தி வந்துகொண்டே இருக்கின்றன. அவற்றின் கண்களுக்கு மேல், படிக்கட்டுகளில் காதல் மயக்கத்துடன் ஆண்களும் பெண்களும் அலையில் நெளிகின்றனர்.

மாநகரங்களில் காதல் ஒரு குறுமிளகைப்போல சற்று காரமாக இருக்கிறது. கடல் சார்ந்த மாநகரங்களில், கட்டுமரங்களுக்கும், வியர்க்கும் நண்பகல் வேளையில் ஜோடி ஜோடியாக வெண்மணலில் அமரும் காதலர்கள் நிரூபிக்கிறார்கள், காதலுக்குக் கண் மட்டுமல்ல... சூடும் இல்லையென்று.

திரையரங்குகளின் இருட்டுகளில், கடைசி நாற்காலி களைத் தேடுவதற்காகவே காதலிப்பவர்களும் மாநகரத்தில் உண்டு.

அமெரிக்கக் கனவுகளுடன் கணிப்பொறி கல்வி மையங்களில் குவியும் லகான் கோழிகளும், சேவல்களும் நட்பில் தொடங்கி காதலில் முடிவடைகின்றன. விமானத்தில் ஏறி கிரீன் கார்டு கிடைக்கும் வரை இக்காதல் தொடர்கிறது.

மாநகரங்களில் ஆண், பெண் நட்பு இலகுவாக இருக்கிறது. தயக்கங்களின் சுவர்கள் எழும்பாத நட்பு அது. நட்பா? காதலா? என்னும் கத்தி மேல் நடக்கும் கேள்விகள் மாநகரத்தில் அதிகம்.

* * *

காதல், தும்மல், கர்ப்பம், புகை இந்த நான்கையும் மறைக்க முடியாது என்பார்கள். கிராமம், நகரம், மாநகரம் என எங்கு தோன்றினாலும் உண்மைக் காதலின் ஜுவாலை இதயங்களின் அடிவாரத்தில் அணையாமல் எரிந்து கொண்டிருக்கும்.

ஆண், பெண் இருவரும் வெற்றிடமாக இருக்கிறார்கள். காதல் ஒரு காற்றைப்போல வந்து நிரப்புகிறது. காதல்,

அணைக்கும் போது மட்டுமே எரிகிற தீ. காதல், இருப்பவற்றிலிருந்து இல்லாதவற்றைத் தேடுகிறது, இல்லாதவற்றிலிருந்து இருப்பவற்றைத் தேடுகிறது.

கவிஞர் கண்டராதித்தனின் இந்தக் கவிதையைப் படிக்கையில் காதலுக்கும் கடவுளுக்குமான இடைவெளி குறைந்துவிடுகிறது.

நீ என்ன தீச்சொரூபினியா
ஆயிரமாயிரம் தழல்களாகச் சுடர் விட்டு
பிரகாசிப்பது நீயா?
என் முன் மஞ்சள் பெண் உருவில்
மாயா மாய விநோதங்களை
நிகழ்த்திவிடுகிறாய்
மலைகளை எரியச் செய்கிறாய்
நதியின் சீற்றத்தில் கலந்து
நீலக்கடல் அலைகளின் நிழல்களை
எரிக்கின்றாய்
நீதானா செந்தீ!
உனது கண்களில் இருந்து
மகுடம் சுமந்து வெளியேறும்
எரிக்குருவிகள்
எல்லாத் தோட்டத்துக் கனிகளாகவும்
பழுப்பது உன்னால் தானா?
தீயின் உருவை விரும்பி
ஏற்றுக் கொண்டாயா?

– கவிஞர் கண்டராதித்தன்
(கண்டராதித்தன் கவிதைகள் தொகுப்பிலிருந்து....)

ஞாயிற்றுக்கிழமை வெள்ளிக்கிழமை

எங்கள் கிராமத்துக்கு தொலைக்காட்சிப் பெட்டி வந்தது. அப்போது நான் சிறுவனாயிருந்தேன். இருபது வருடங்களுக்கு முன்பு தொலைக்காட்சி என்பது கிராமத்தில் இருப்பவர்களுக்கு நெல்லுச்சோறு மாதிரி. நகரத்துக்கு யார் வீட்டுக்காவது விருந்துக்குச் செல்கையில் மட்டும்தான் அதைக் காண முடியும்.

இப்போது, எந்தக் கிராமத்துக்குள் நுழைந்தாலும் வீட்டுக் கூரைகளின் மேல் ராட்சஸ மீன்களின் எலும்புகளைப்போல் ஆன்டெனாக்கள் காற்றில் ஆடிக்கொண்டு இருக்கின்றன. அந்த அலுமினிய மீனை கொத்தித் தின்னும் ஆசையுடன் காக்கைகள் அதில் காலூன்றுகின்றன. கொத்திக் கொத்தி அவற்றின் அலகுகள் தோல்வியுற்றாலும், விஞ்ஞானத்தை வெல்லும் உக்கிரத்துடன் மீண்டும் மீண்டும் கொத்திக்கொண்டு இருக்கின்றன.

எங்கள் கிராமம் பட்டு நெசவை தன் தொழிலாகக் கொண்டு இருந்தது. காஞ்சிபுரம் அருகே கன்னிகாபுரம் என்று பெயர். காஞ்சிபுரத்தைச் சுற்றியுள்ள கிராமங்களில் எல்லாம் பட்டுநெசவே பிரதான தொழில்.

அதிகாலையில் எழுந்து தெருக்களில் பட்டுநூலை, நீளமான கட்டைகளில் படர விட்டு, கஞ்சி போட்டு சிக்கெடுப்பார்கள். 'பாவு போடுதல்' என்று இதற்குப் பெயர். சிவப்பு, மஞ்சள், பச்சை, நீலம் என்று வானவில் படுத்துக்கிடப்பது மாதிரி தெருவே பட்டுநூல்களின் வண்ணங்களால் வசீகரமாக இருக்கும்.

நகரத்தில் இருந்து எங்கள் கிராமத்துக்குப் புதிதாக வீடு கட்டிக்கொண்டு ஒரு குடும்பம் வந்தது. அவர்களுக்கும் தறி நெய்தல்தான் தொழில். கொஞ்சம் வசதியான குடும்பம். ஏழெட்டு பட்டுத் தறிகள் அவர்கள் வீட்டில் 'தடக் தடக்' என்று சத்தம் எழுப்பிக்கொண்டு இருக்கும்.

ஒருநாள் மாலையில், அந்த வீட்டின் ஓட்டுக்கூரையின் மேல் நாலைந்து ஆண்கள் ஏறி நின்று எதையோ கட்டிக் கொண்டு இருந்தார்கள். சுமார் நூறடி நீளத்தில் இரும்புக் குழல், மேலே சிதறல் சிதறலாய் அலுமினியத் துண்டுகள். அப்புறம்தான் அதற்குப் பெயர் ஆன்டெனா என்றும், அவர்கள் வீட்டில் தொலைக்காட்சிப் பெட்டி இருக்கிறது என்றும் அறிந்தோம். அதைப் பார்க்க சிறுவர்கள் நாங்கள் அவர்கள் வீட்டு ஜன்னலை முற்றுகையிடுவோம். அந்த வீட்டுப் பையன் எங்களைத் துரத்துவான். அவன் உள்ளே செல்லும் நேரத்தில் மீண்டும் ஜன்னலுக்கு வருவோம். படார் என்று ஜன்னல் கதவு அறைந்து சாத்தப்படும்.

அந்தப் பையனை நண்பனாக்க நாங்கள் நாலா விதமான தந்திரங்களையும் கையாள நேர்ந்தது. கூழாங் கற்கள், டாமா கோலி, சிட்டுக் குருவி முட்டை, தீப்பெட்டிப் படங்கள் ஒட்டி வைத்த நோட்டு, வாழை மட்டைக்கு நடுவில் கண்ணாடியைப் பொருத்தி செய்த லென்ஸ், குப்பைகளில் பொறுக்கிய பட்டு ஜரிகைத் துண்டுகள், ஈசல் போட்டு வறுத்த பொரி அரிசி என எதை லஞ்சமாகக் கொடுத்தாலும் வேண்டா வெறுப்பாக

வாங்கிக்கொண்டு “நாளைக்குப் பார்க்கலாம், வீட்ல கேட்கணும்” என்பான். கடைசி அஸ்திரமாக எனக்கு மிகவும் ப்ரியமான என்னுடைய கறுப்பு வெள்ளை நாய்க் குட்டியை அவனுக்குக் கொடுக்க நேர்ந்தது. புன்னகையுடன் வாங்கிக்கொண்டு “நீ மட்டும் சாயந்திரம் வா” என்றான்.

பின்புக்கும் பின்பு, பொதுமக்களின் வேண்டுகோளுக் கிணங்க அவர்கள் வீட்டில் காசு வாங்கிக்கொண்டு உள்ளே விட்டார்கள். படம் பார்க்க நாலணா, ஒலியும் ஒளியும் பார்க்க பதினைந்து காசுகள். செவ்வாய்க்கிழமை நாடகம் பத்துக் காசுகள். படத்துக்கும், ஒலியும் ஒளியுமிக்கும் பெரும் கூட்டம் அலைமோதும். கூடம் நிரம்பி, நின்று பார்க்கும் இடமும் இல்லை என்றால் கதவை அடைத்து விடுவார்கள்.

எங்கள் சேமிப்புகள் இப்போது குச்சி ஐசுக்கும், மாங்காய்த் துண்டுகளுக்கும் செலவாவதில்லை.

அப்போது எல்லாம் தூர்தர்ஷன் ஒன்று மட்டுமே. மற்ற சேனல்கள் கிடையாது.

கூடத்தின் இரண்டு பக்கமும் தறி மேடைகளும், குழிகளும் இருக்க, ஓரமாய் தொலைக்காட்சிப் பெட்டி அமர்ந்திருக்கும். தறி நூலைச் சுருட்டிக் கட்டுவார்கள்.

“படம் போட்டுருவாங்கக்கா, சீக்கிரம் சுத்துங்க” என்போம்.

“பேசாம இருந்தா பாருங்க... இல்லைன்னா காசை வாங்கிட்டு வெளியில போங்க” என்பார்கள்.

அமைதியாகி விடுவோம். பின்பு தொலைக்காட்சிப் பெட்டிக்குக் கற்பூரம் ஏற்றிக் காட்டி திருஷ்டி கழிப்பார்கள். கண்ணாடிப் பிள்ளையார் மாதிரி தொலைக்காட்சி மாறிவிடும். கோயில் கதவு திறப்பதுபோல அதன் இரு பக்கக் கதவுகளும் திறக்கும்.

முதல் போணியாக எங்கள் நண்பர்களில் செந்தில் காசு தருவான். ராசியான கையாம். அவனது கறுத்த கைகளில் கர்வம் குடியேறும். நாங்கள் சுருண்டு வளைந்த கைகளால் அடுத்தடுத்து காசு கொடுப்போம்.

படத்துக்கு நடுவில் விளம்பரம் மற்றும் செய்தி வருகையில் தொலைக் காட்சியை அணைத்து விடுவார்கள். கரெண்ட் ஆகி விடுமாம். திரும்பவும் சரியாகப் படம் தொடரும் நேரத்தில் போடுவார்கள். விளம்பரம் முடியும் நேரம் எப்படி துல்லியமாக அவர்களுக்குத் தெரியும் என்பது ஆச்சரியமாக இருக்கும். ஒரு நொடி முன் பின் இருக்காது. அவர்கள் தொலைக்காட்சியைப் போடும்போது "திரைப்படம் தொடர்கிறது" என அறிவிப்பு வரும்.

மறுநாள் பள்ளியில் நேற்று பார்த்த படத்தின் கதையே முதல் பாட வேளையை அபகரித்துவிடும். ஊருக்குப் பொதுவாய் பஞ்சாயத்துத் தொலைக்காட்சி வரும் வரை இந்த அட்டகாசம் தொடர்ந்தது.

இன்று... ஒரே வீட்டில் மூன்று தொலைக்காட்சிப் பெட்டிகள் இருக்கின்றன. ப்ளஸ், மைனஸ், பூஜ்யம் என்று திருப்தியுறாமல், ரிமோட் பட்டன்கள் சூன்யத்தில் அலைகின்றன. கதை சொல்லும் பாட்டிகளை திண்ணைக்கு அனுப்பிவிட்டு கூடத்தில் அமர்ந்து பொய் சொல்கின்றன. அலமாரியில் தூசு படியும் புத்தகங்களின் வரிகளில் கண்ணாடி பிம்பங்கள் கத்தி பாய்ச்சுகின்றன. தொலைக்காட்சி ஒரு கறுத்த நிழலைப் போல் நம்மைத் தொடர்ந்து கொண்டிருக்கிறது!

நெடுநாள் வாடை

“நாராய் நாராய் செங்கால் நாராய்
பனம்படு பனையின் கிழங்கு பிளந்தன்ன
பவளக்கூர்வாய் செங்கால் நாராய்
நீயும் நின் பெடையும் தென்திசை குமரிஆடி
வடதிசை காவிரியாட எய்குவீராயின்
சத்திமுற்றத்து வாவியுள் சென்று
நனைசுவர் கூரை கனைகுரல் பல்லி
எம் வரவு பார்த்திருக்கும் மனைவியைக் கண்டு
நின் கோமான் வழுதி கூடல் மன்றத்து
ஆடையின்றி வாடையில் மெலிந்து
கையது கொண்டு மெய்யது பொர்த்தி
காலது கொண்டு மேலற தழுயீஇ
அலகு திறந்தன்ன பல்லினன் ஆகி
பேழை செய் பாம்பென உயிர்க்கும்
ஏழையாளனை கண்டனும் என்னுமே”

– சத்திமுற்றப் புலவர்

சத்திமுற்றம், தஞ்சைக்கு அருகில் இருக்கும் கிராமம். சத்திமுற்றத்தில் இருந்து பாண்டிய மன்னனிடம் பாடி பரிசுகள் பெற, தன் குடும்பத்தைப் பிரிந்து செல்கிறார் புலவர். மதுரையில் தன் நிலையைப் பற்றி வழியில் பார்க்கும் நாரையிடம் சொல்லி தூது அனுப்புகிறார்.

'நாரையே... செங்கால் நாரையே... பனங்கிழங்கை பிளந்தது போல பவளக் கூர்வாய் கொண்ட செங்கால் நாரையே... நீயும் உன் துணையும் தென் திசையிலிருக்கும் குமரியில் குளித்து, வடதிசையில் இருக்கும் காவிரியை நோக்கி பறப்பீர்களாயின், சத்திமுற்றத்தில் இருக்கும் என் வீட்டைக் காண்பீர்கள். கண்டு பிடிப்பது மிகச் சுலபம். கூரையற்ற வீடு எதுவோ, அதுவே என் வீடு. அங்கு பல்லிகளின் நல்ல சகுனத்துக்காகவும், என் வரவுக்காகவும் காத்திருக்கும் என் மனைவியைக் கண்டு அவளிடம், பாண்டிய மன்னனின் மன்றத்தில் ஆடையின்றி, வாடைக் காற்றால் உடல் மெலிந்து, கைகளையே போர்வையாக்கி, கால்களைச் சுருட்டிக் கொண்டு, அலகு திறந்து பற்கள் நடுங்கி, கூடையில் இருக்கும் பாம்பைப்போல, உன் கணவன் படுத்திருக்கிறான். அந்த ஏழையாளனைக் கண்டோம் என்று சொல்வீர்களாக' என்பது இந்தப் பாடலின் பொருள்.

சத்திமுற்றப் புலவரின் இந்த தனிப் பாடல் மாநகரத்து வீதிகள் தோறும் இன்னமும் கேட்டுக்கொண்டிருக்கிறது.

காலந்தோறும் கிராமத்திலிருந்து நகரத்துக்கும் மாநகரத்துக்கும் இளைஞர்கள் வந்து குவிந்துகொண்டே இருக்கிறார்கள். அவர்களின் பெட்டி முழுக்கக் கனவுகள். அந்தக் கனவுப் பெட்டியைத் திறக்கும் சாவியைத் தொலைத்து விட்டு, மாநகரத்து வீதிகளில் தேடிக்கொண்டு திரிகிறார்கள்.

பஞ்சம் பிழைக்கவும், மேற்கல்விக்காகவும், வேலை தேடியும், புகைவண்டியிலும், பேருந்திலும், லாரியிலும் வந்தடையும் அவர்களை மாநகரம் சோடியம் விளக்குகளின் மஞ்சள் வெளிச்சத்தால் ஆசீர்வதித்து வரவேற்கிறது. மறுநாள் காலை தார் உருக்கும் சூரிய வெளிச்சம் கண்களைக் கூசச்செய்யும் வரை, மாநகரம் அவர்களுக்கு இனிமையானதாக இருக்கிறது.

நான் சென்னைக்கு வந்த புதிதில் திருவல்லிக்கேணியில் ஓர் ஆண்கள் விடுதியில் தங்கி இருந்தேன். திருவல்லிக்கேணி இத்தகைய மேன்ஷன்களின் தாய்நாடு. இந்தப் பகுதிகளில் புறாக் கூண்டு ஒன்று காலியாக இருந்தாலும், சின்னதாக படுக்கையை விரித்து வாடகைக்கு விட்டுவிடுவார்கள்.

திருவல்லிக்கேணி ஒரு கலவையான பகுதி. சாலைகளில் ஒரு பக்கம் பாரதியை மிதித்த யானையின் வாரிசுகளுடன்

இந்துக் கடவுள் ஊர்வலம் போவார். மறுபக்கம் இஸ்லாமியர்கள் மசூதிகளிலிருந்து நடந்துகொண்டு இருப்பார்கள். குறுகலான சந்துகள்; வாழைமண்டிகள்; புராதன கட்டடங்கள். திடீர் என்று ஏதோ ஒரு வீட்டிலிருந்து கேட்கும் ஆர்மோனிய சத்தமும், பின்தொடரும் சரிகமபதநிசவும்... என கிட்டத்தட்ட ஒரு குட்டிக் கல்கத்தா எனச் சொல்லலாம்.

எங்கள் மேன்ஷன் இருபத்திநான்கு மணி நேரமும் பரபரப்பாக இருக்கும். காலையில் குளியல்அறை முன்பும், கழிவறை முன்பும், பிளாஸ்டிக் வாளிகள் வரிசையாக வைக்கப்பட்டிருக்கும். மாநகரம் மனிதர்களை பிளாஸ்டிக் வாளிகளாக நசுக்கிவிடுவது இந்த தருணத்திலிருந்தே தொடங்கும். அடுத்து கீழே இருக்கும் மெஸ்ஸில் சாப்பிட்டுவிட்டு அவரவர்களின் இயந்திர உலகத்துக்குக் கிளம்பிவிடுவார்கள்.

அதற்குப் பிறகு விழிக்கும் உலகம் வேலையற்றவர்களின் உலகம். இரவு முழுக்க சீட்டாடிவிட்டு, விடியலில் படுத்து, பகல் பன்னிரண்டு மணி வாக்கில் கண்கள் சிவந்து எழுவார்கள். சீட்டாடுவதற்கென்றே மேன்ஷனில் ஓர் அறை இருந்தது. இருபத்தெட்டாம் எண் அறை. அந்த அறைக்கு யார் வந்தாலும் அது சீட்டாட்ட அறையாக மாறிவிடும் அல்லது மாற்றப்படும். நான்கு பேர் எழுந்து சென்றால், மறுபடி நான்கு பேர் அமர்ந்து விடுவார்கள். வெள்ளைக் காகிதங்களும், செய்தித்தாள்களின் ஓரங்களும் எண்களால் நிரம்பி வழிந்துகொண்டிருக்கும்.

ஞாயிறுகளின் காலையில் மேன்ஷனே குளியலறையில் திரண்டுவிடும். வரிசையாக ஆண்கள் குத்துக்காலிட்டு அமர்ந்து, அடுத்த வாரத்திற்கான துணிகளைத் துவைத்துக் கொண்டிருப்பார்கள். மாநகரம் அவர்களிட மிருந்து உறிஞ் சிய வியர்வைத் துளிகள் சட்டைக் காலரின் வழி கரைந்து கொண்டிருக்கும்.

ஒவ்வொரு மேன்ஷனிலும் ஐம்பது வயது மதிக்கத்தக்க ஒரு பிரம்மச்சாரி இருப்பார். உடம்பு முழுக்க விபூதிப் பட்டைகளுடன் விடியலில் கண் விழித்து சூரியனைப் பார்த்து தேவாரப் பதிகம் ஓதுவார்.

எங்கள் மேன்ஷனிலும் அப்படி ஒருவர் இருந்தார். அவரை நாங்கள் குரு என்று அழைப்போம்.

‘ஏன் இன்னும் கல்யாணம் பண்ணிக்கல குரு?’ என்று கேட்டால், ‘இருக்கட்டும் தம்பி... கோவில் பிரசாதம் இருக்கு சாப்பிடறீங்களா?’ என்பார்.

என் அறையில் உடன் தங்கியிருந்த நண்பன் ஒரு விற்பனைப் பிரதிநிதி. பொம்மைகள் விற்பவன். அலமாரி, கட்டில், மேஜை என அறை முழுவதும் அவனது பொம்மைகள். பொம்மைகளின் உலகத்தில் அவன் மாட்டிக்கொண்டது அல்லாமல், என்னையும் மாட்டி வைத்துவிட்டானோ என்று தோன்றும். ஏதாவது எழுதிக் கொண்டிருக்கையில் நிமிர்ந்து பார்த்தால், ஒரு பொம்மையின் கண்கள் என்னையே உற்றுப் பார்த்துக் கொண்டிருக்கும்.

பொம்மைகளின் தொல்லை தாங்காததால், பகல் முழுக்க நான் அறையில் இருப்பதில்லை. இரவிலும் கனவு முழுக்க பொம்மைகளே வந்துகொண்டிருந்தன. அறை நண்பன் தஞ்சாவூர்க் காரன். மாநகரின் வீதியில் சிக்னலுக்குக் காத்திருக்கும் கார்களின் கண்ணாடிக்கு முன்பாக பொம்மைகளை ஆட்டுவான். எப்போதாவது உள்ளே இருக்கும் சில குழந்தைகளின் ஆச்சரியக் கண்களைத் தவிர, அவனது உலகத்தில் வேறு வசீகரங்கள் ஏதுமில்லை. இன்னமும் அவனது கால்கள் காவிரி ஆற்றில் நீந்திக்கொண்டிருக்க, மாநகரத்தில் தலையாட்டியபடி பொம்மை விற்றுக்கொண்டிருக்கிறான்.

எங்கள் மேன்ஷனில் ‘தபால் திலகம்‘ என்று ஒருவர் இருந்தார். தினமும் அவருக்கு பத்து இருபது கடிதங்கள் வரும். இரவு முழுக்க அதற்கு பதில் எழுதிக்கொண்டிருப்பார். குடும்பத்துக்கு, நண்பர்களுக்கு, பேனா நண்பர்களுக்கு என வார்த்தைகளின் வழியே அவர் ஒரு பிரபஞ்சத்தைக் கட்டமைத்துக் கொண்டிருப்பார். அவருக்கு வந்த கடிதங்களை ரகசியமாய்ப் படித்துவிட்டு மீண்டும் ஒட்டி வைக்க ஒரு கும்பலே திரிந்துகொண்டிருக்கும்.

அவருக்கு நேர்மாறாக இன்னொருவர் இருந்தார். சினிமாவில் பல இயக்குனர்களிடம் இணை இயக்குனராகப் பணியாற்றி விட்டு, தனியாக முயற்சி செய்து கொண்டிருந்தார். மேன்ஷனில் யாரிடமும் பேசமாட்டார். தாகூர் மாதிரி தாடி வைத்திருப்பார். நான் அப்போது இயக்குனர் பாலு மகேந்திராவிடம் உதவி இயக்குனராக வேலை செய்துகொண்டிருந்ததால், சக தொழிலாளி என்ற முறையில் என்னிடம் மட்டும் பேசுவார். ஃபெலினி,

குரோசாவா, பெக்மர்ன், கீஸ்லோவஸ்கி, தார்க்கோவஸ்கி, மக்சன் மக்மல்பஃப் என உலக இயக்குநர்கள் சினிமாவைக் கையாளும் நேர்த்தி குறித்து மணிக்கணக்கில் பேசிக் கொண்டு இருப்போம்.

திடீரென்று ஏழு எட்டு நாட்களாக அவரைக் காணவில்லை. பின்பு ஒருநாள் மொட்டை அடித்து, தாகூர் தாடியை இழந்து வந்தார். குரலை வைத்துத்தான் அவரென்று அறிந்தோம்.

நான் அவரைப் பார்த்துப் புன்னகையுடன்,

"என்ன சார் மொட்டை... திருப்பதியா?" என்றேன்.

அவர் கண்கள் கலங்கி, "அம்மா இறந்துட்டாங்க சார்!" என்றார்.

"அய்யய்யோ! எப்ப சார்?"

"அஞ்சு வருஷத்துக்கு முன்னாடி..."

ஐந்து வருடத்துக்கு முன்பு இறந்த அம்மாவுக்காக இப்போது மொட்டை அடித்துக்கொள்கிறாரா? தயங்கித் தயங்கிக் கேட்டேன். காரணம் சொன்னார்.

அவர் சென்னைக்கு வந்ததில் இருந்து வீட்டுக்குத் தொடர்பு கொள்ளுவதில்லை. அடிக்கடி அறை மாறும் இவரது முகவரியையும் தெரிவிப்பதில்லை. ஜெயித்துவிட்டுத்தான் ஊருக்குச் செல்வேன் என்று ஒரு சபதம். ஏதோ ஓர் உள்ளுணர்வில் ஊருக்குச் செல்ல, ஐந்து வருடத்துக்கு முன்பே அம்மா இறந்துவிட்ட தகவல் கிடைத்திருக்கிறது. தன் வீட்டுக்குத் தூதுவிட, அவரது தலைக்கு மேல் எந்த செங்கால் நாரையும் பறக்கவில்லை. மரங்களற்ற மாநகரத்தின் வானத்தின் மேலே காக்கைகள் மட்டுமே பறந்து கொண்டிருக்கின்றன. குலுங்கிக் குலுங்கி அழுது கொண்டிருந்தார்.

மாநகரம் வெற்றிகளின் பாதையில் உறவுகளை பலிகொடுத்த படி விரைந்துகொண்டிருந்தது!

நா.முத்துக்குமார்

காட்டுமிராண்டியின் கால்தடம்

காய்ந்த பூமியின்
பிளவுகளில் வளர்ந்திருக்கும்
கள்ளிப்பூக்களில் மொய்க்கும்
வண்டுகள் இரவின்
இரக்கமற்ற குளிரில்
அலைக்கழிகின்றன
சென்றடையா சொற்களைப் போல்

– *கனிமொழி*

இப்போதுதான் தலைகுளித்த ஓர் இளம் பெண்ணின் கூந்தல் வகிட்டைப்போல கிராமங்களிலிருந்து ஒற்றையடிப்பாதைகள் பிரிகின்றன. கொஞ்சம்கூட அகலமின்றி... நீளமாக உடல் சிறுத்து... ஒல்லியாக இருப்பது குறித்து ஒற்றையடிப்பாதைகள் வருத்தப்படும் போதெல்லாம் இருபுறமும் உள்ள தும்பைச் செடிகளும் காட்டுப்பூக்களும் அவற்றுக்கு ஆறுதல் சொல்கின்றன.

ஒவ்வொரு இரவும் நிலவொளியில் கிராமம் தூங்கிவிட்ட பிறகு ஒற்றையடிப் பாதைகள் விழித்துக்கொள்கின்றன. அவற்றின்

அருகே உள்ள புற்கள், பகலெல்லாம் காட்டிய கரும்பச்சை வண்ணங்களை இழந்துவிட்டு இரவையும் நிலவையும் குழைத்து வேறு வண்ணத்துக்கு மாறிவிடுகின்றன.

ஒற்றையடிப்பாதைகளில் கணக்கற்ற கால்தடங்கள் தினந்தோறும் பதிந்துகொண்டே இருக்கின்றன. ஒரு காலடிச்சுவடுகூட இன்னொன்று மாதிரி இருப்பதில்லை. தனக்கு மிகவும் பிடித்தமான காலடிச்சுவடுகளை மட்டும் அவை மண்ணின் இதயத்தில் சேமித்து வைத்துக் கொள்கின்றன.

காலங்களுக்கும் முன்பு தன்னை உருவாக்கிய முதல் காட்டுமிராண்டியின் காலடியை மட்டும் அவை பூக்களால் வேலி கட்டி கவனமாகப் பத்திரப்படுத்தி வருகின்றன.

இடம் பெயர்தலின் பரவசமும் பயணம் குறித்த அச்சமும் பிரபஞ்சத்துக்கு எதிரான தேடலும் கொண்டு முன் பின்னாக நடந்து சென்ற அந்தக் காலடிச்சுவடு இன்னமும் ரேகை அழியாமல் உறைந்து போயிருக்கிறது.

தன்னுள் பதியும் ஒவ்வொரு சுவட்டையும் அந்த மூலச்சுவட்டுடன் ஒப்பிட்டுப் பார்த்துக்கொள்வதே ஒற்றையடிப்பாதையின் ஒரே பொழுதுபோக்கு.

நடைவண்டியின் உதவியுடன் பூமியை உதைத்துக் கொண்டே... எழுந்து, விழுந்து, நடந்து செல்லும் குழந்தை களின் காலடித் தடங்களை ஒற்றையடிப்பாதைகள் மலர்ச்சியுடன் பத்திரப்படுத்தி வைத்துக்கொள்கின்றன.

தன்னைக் கண்டுபிடித்த முதல் காட்டுமிராண்டியின் சுவடுகளில் உள்ள உணர்ச்சிகள் இந்தப் பிஞ்சுக் கால் தடங்களிலும் இருப்பது குறித்து இரவெல்லாம் அவை ஆச்சரியப்பட்டுக்கொண்டிருக்கும்.

கிராமத்திலிருந்து கிளை பிரிந்து செல்லும் ஒவ்வொரு ஒற்றையடிப்பாதையும் தன்னுள் ஒரு பிரத்யேக இரகசியத்தை ஒளித்து வைத்துக்கொண்டிருக்கிறது.

ஆற்றை நோக்கிச் செல்லும் ஒற்றையடிப் பாதையின் நனைந்த காலடிச்சுவடுகளில் நீர்த்தாவரங்களின் பச்சையம்.

சுடுகாட்டை நோக்கிச் செல்லும் ஒற்றையடிப்பாதையின் தளர்ந்த காலடிச்சுவடுகளில், உதிர்ந்த பூக்களின் கண்ணீர்த் துளிகள்.

கருவேலங்காட்டை நோக்கிச் செல்லும் ஒற்றையடிப் பாதையின் கனத்த காலடிச்சுவடுகளில் நூற்றாண்டுகளின் புதிர் வட்டப்பாதைகளில் சமையலுக்கான விறகுபொறுக்கப் போகும் கர்ப்பிணிப் பெண்களின் பெரும் வலி.

தென்னந்தோப்பை நோக்கிச் செல்லும் ஒற்றையடிப் பாதையின் பயந்த காலடிச்சுவடுகளில், காதலும் களவும் நிரம்பிய ஆண், பெண் இருபாலரின் ஏகாந்தச் சிதறல்கள்.

புதர் மறைவுகளை நோக்கிச் செல்லும் ஒற்றையடிப் பாதையின் அழிந்த காலடிச்சுவடுகளில் வண்டுகள் மிதக்கும் கள்ளுப்பானைகளின் தளும்பல்.

களத்து மேட்டை நோக்கிச் செல்லும் ஒற்றையடிப் பாதையின் பசித்த காலடிச் சுவடுகளில் சிட்டுக்குருவிகள் கொத்திப் போகும் நெல் மணிகள்.

* * *

ஒற்றையடிப் பாதைகளின் சகோதரனாக தானிருப்பது குறித்து செம்மண் சாலைகளுக்கு உள்ளூர கொஞ்சம் பெருமிதம் உண்டு. லாடம் கட்டிய காலடித்தடத்துடன் கட்டைவண்டிகள், செம்மண்சாலைகளில் புழுதி கிளப்பிப் பறக்கும்போது மாடுகளின் கழுத்துச்சங்கிலி ஓசையிடத்தில் தங்கள் பெருமிதத்தை அவை பகிர்ந்துகொள்ளும்.

தன்னுள் கலக்கும் ஒற்றையடிப்பாதைகளின் ரகசியங்களை செம்மண்சாலைகள் பொறுமையாகக் கேட்டு ஆற்றுப் படுத்துகின்றன.

ஒற்றையடிப்பாதைகளின் வருத்தம், சஞ்சலம், வெட்கம், கோபம், அச்சம், ஆனந்தம் என அனைத்து உணர்ச்சிகளையும் உள்வாங்கி செம்மண்சாலைகள் மேலும் சிவக்கின்றன. செம்புலப் பெயல் நீர்போல அவற்றின் அன்புடை நெஞ்சம் புழுதிகளை பரிமாறிக்கொண்டு ஒற்றையடிப் பாதைகளை வரவேற்கின்றன.

கிராமம் நகரம் மாநகரம்

செம்மண்சாலைகளின் கனவில் அவை ஆற்றுமணல் போல வெண்மையாய் இருந்த காலம் வந்து வந்துபோகும்.

கூர்வாளுக்கும், கேடயத்துக்கும், முற்பட்ட காலமது. துரோகமும் வன்மமும் சொற்களாக மாறி, சொற்களுக்கு அர்த்தம் கூடி, அகராதியில் நுழையாத காலம்.

முதல் ரத்தத்துளிகள் கீழே சிந்தியபோது சாலையின் மணற்துகள்கள் அந்த உயிரின் அடர்த்தியையும், ஏதோ சொல்லத் துடிக்கும் வெப்பங்களின் பிசுபிசுப்பையும் ஏந்திக்கொண்டு சிவந்தன. அந்த ரத்தம் உலர்ந்த பிறகும் மணற்துகள்கள் குற்றஉணர்ச்சி மேலோங்க பனித்துளிகளால் இரவெல்லாம் தங்களைக் கழுவிக்கொண்டிருந்தன.

அடுத்தடுத்த யுத்தங்களின் ரத்தத்துளிகள், அந்த மணற்துகள்களை நிரந்தரச் சிவப்பாக மாற்றிவிட்டது.

ஆடு, மாடு, கோழி, மனிதன், வண்டிகள் என தன்னைக் கடக்கும் ஒவ்வொன்றின் மீதும் செம்மண்சாலைகள் தன் குற்ற உணர்ச்சியின் புழுதியை வாரி இறைக்கின்றன.

நூற்றாண்டுகளின் புழுதியைத் தாங்க முடியாத மனிதன் அதை தார்ச்சாலைகளால் மூடுகிறான். தார்ச் சாலைகள் காட்டு மிராண்டிகளை மாநகரத்துக்கு அழைக்கின்றன.

தேசிய நெடுஞ்சாலைகளின் வழியாக மாநகரம், நகரம் மற்றும் கிராமங்களுக்கு நீட்டும் கறுப்புக் கொடிகளாக, தார்ச்சாலைகள் நீள்கின்றன.

மாநகரங்களின் தார்ச்சாலைகளின் கீழே செம்மண் சாலைகளின் சமாதிகள். அதற்கும் கீழே சேர்த்து வைக்கப் பட்டுள்ள காலடித் தடங்களுடன் ஒற்றையடிப் பாதைகள். செம்மண் சாலைகளையும், ஒற்றையடிப் பாதைகளையும், தோண்டிப் பார்க்கும் உக்கிரத்துடன் மாநகரத்துச் சூரியன் தார்ச்சாலைகளை உருக்கிக்கொண்டிருக்கிறது.

தார்ச்சாலைகளில் கால் தடங்கள் பதிவதில்லை. செருப்பு இல்லாதவர்களையும் கனத்த பூட்ஸ் இல்லாத வர்களையும் அவை அனுமதிப்பதில்லை. சிவப்பு, மஞ்சள், பச்சை என அவை விளக்குகளால் வழிகாட்டுகின்றன.

நா.முத்துக்குமார்

மாநகரத்தின் தார்ச்சாலைகள் பாம்புகளைப்போல் வளைந்து வளைந்து நகரம் தாண்டி கிராமங்களுக்குள்ளும் நுழைந்துவிடுகின்றன.

களத்து மேடுகளில் பன்னாட்டு நிறுவனங்களின் தொழிற்சாலைகளில் இரும்புக் குழாய்கள் மேகம் நோக்கி கரும்புகை கக்கிக்கொண்டிருக்கின்றன. முன்பு நெல் தூற்றிக்கொண்டிருந்த வயல்களின் மேல் எழுப்பப்பட்டுள்ள கட்டடங்களை நோக்கி தார்ச் சாலைகள் படையெடுக்கின்றன.

தூரத்திலிருக்கும் வயல்வெளிகளில் இருந்து கறுத்து, உடல் சுருங்கிய விவசாயிகள் நெற்தாள்களை சுமந்து கொண்டு தேசிய நெடுஞ்சாலைக்கு வருகிறார்கள். தார்ச் சாலைகளில் நெற்கதிர்கள் பரப்பி வைக்கப்படுகின்றன. யானை கட்டி போர் அடிக்கையில் நெல் தூற்றிய முறங்கள் சாலையோர புளியமரத்தில் கவிழ்த்து வைக்கப் பட்டிருக்கின்றன.

ஒரு விவசாயி நெற்தாள்களை அள்ளி எடுத்து மாநகரத்தின் மீதிருக்கும் தன் கோபங்களை யெல்லாம் ஒன்று சேர்த்து தார்ச்சாலையின் மேல் சன்னதம் கொண்டு உக்கிரமாக அடிக்கிறான். மாநகரம், அவன் மேலிருக்கும் வன்மத்தை லாரிச் சக்கரங்களின் வழியாக நெற்கதிர்களின் மேல் ஏற்றிவிட்டுச் செல்கிறது.

தேன் விழும் தாழ்வாரம்

முதன் முதலில் நான் வசித்த வீட்டில் ஒரே ஒரு அறைதான் இருந்தது. இருளின் அடர்த்தியும், செஞ்சிவப்பு ஒளியுமாய் அந்த வீட்டில் வசிக்க நான் பழகிவிட்டிருந்தேன். இன்று வரைக்கும் ஒருக்களித்துச் சுருண்டு படுக்கும்போதெல்லாம் என் ஞாபக நதிக்கரையில் அந்த வீடே அலையெழுப்புகிறது. அந்த வீட்டின் அறையில் கேட்ட கதைகளும், தாலாட்டுகளும் காற்றின் துகள்களில் மிதந்து மிதந்து நான் சோர்ந்து போகும்போதெல்லாம் ஆறுதல் சொல்கின்றன.

நான் சப்தம் பயின்ற நாதச்சுவர் அது. நான் மௌனம் பருகிய வெட்டவெளி அது. ஒரு சின்னஞ்சிறு மீனென நான் செதிலசைத்து சுவாசித்த செங்கடல் அது. மொழிகளுக்கும் மூலப் பொருளாய் இருந்த அந்த வீட்டின் அறையிலிருந்து வெளியே வந்தேன். நான் பிறந்துவிட்ட செய்தி கேட்டு என்னைச் சுற்றி சந்தோஷ முகங்கள். என் தாயின் கருவறை எனக்கு பரிச்சயப்படுத்திய வீட்டை இழந்த துக்கத்தில் அழத் தொடங்கினேன்.

வீடு மாறுதல் சோகமானது இல்லையா? சதையாலான வீட்டை விட்டு, செங்கல்லாலான வீட்டை என் குட்டிக் கண்களால் நோட்டமிட்டேன்.

காரை பெயர்ந்த சுவரிலிருந்து ஒரு செங்கல் என்னைப் பார்த்துச் சிரித்தது. அதன் சிவப்பு நிறம் எனக்கு என் உயிர் உருவான உதிரத்தை நினைவுபடுத்தியது. அதனுடன் சிநேகமானேன்.

அன்று முதல் ஒன்று தோன்றியது. வீடுகளுக்கும் உயிர் உண்டு. வெறும் செங்கல்லும், சாந்தும், கூரையும், ஜன்னலும், கதவும் கொண்டு உருவானதல்ல வீடு. வீடுகள் கருவறையின் கதகதப்பை தருபவை. காட்டுக் குகைகளின் பாதுகாப்பை மீட்டுருவாக்கம் செய்பவை. வேட்டையாடி வீடு திரும்புகையில் குளிர்ந்த காற்றால் கேசம் வருடுபவை.

உலகம் அணுக்களால் ஆனது. நமது உடலின் தசையும், ரத்தமும் அணுக்களால் ஆனது. வீடும் அணுக்களால் ஆனது. அணுக்கள் என்கிற ஒரு புள்ளியில் உலகம், நாம், வீடு, அனைத்தும் ஒன்று சேர்கிறோம். நாம் வீட்டைத் தொடுகிறபோது வீடும் நம்மைத் தொடுகிறது. அப்புறம் எப்படி வீடு உயிரற்ற ஜடப்பொருளாய் இருக்க முடியும்? வீடுகள் வாசனைகளால் பேசுவதை நீங்கள் கேட்டதுண்டா? ஒவ்வொரு வீட்டுக்கும் தனித்தனி வாசம் உண்டு.

எங்கள் கிராமம், ஒன்றிரண்டு ஓட்டு வீடு, மாடி வீடு தவிர முழுக்க குடிசை வீடுகள்தான். ஊரில் நிறைய குடிசைகள் பனை ஓலையிலும், ஈச்சம் ஓலையிலும்கூட கட்டப்பட்டிருந்தன.

தென்னை ஓலை வேய்ந்த வீடு எங்களுடையது. என் பால்ய காலத்தில் நான் அந்தக் குடிசை வீட்டில்தான் வளர்ந்தேன். எங்கள் வீட்டில் மொத்தம் மூன்று அறைகள். மண் தரையில் சாணி மெழுகியிருக்கும். மேலே ஒரு பென்னாம்பெரிய மூங்கில் மரம் உத்தரமாய் குடிசையைத் தாங்கிக்கொண்டிருக்கும். பென்சில், பலப்பம், மயிலிறகு, ஆக்கர் குத்துப்பட்ட பம்பரம், உண்டியலில் குச்சி விட்டு திருடிய சில்லறைகள் என என் புதையல்களை அந்த உத்தரத்தில்தான் ஒளித்து வைப்பேன்.

வீட்டின் முன்புறம் இரு பக்கமும் அகலமான திண்ணைகள். திண்ணைகள் நடுவே ஆணியால் கீறிய தாயக்கட்டங்களின் அச்சு. சமையலறையின் செம்மண் சுவர், கொடி அடுப்புகளின் ஈர விறகுகளால் எழுந்த புகையால் கருப்பாக மாறி இருக்கும். என் பிள்ளைக் கிறுக்கல்களுக்கு அந்தச் சுவர் ஒரு ராட்சஸ சிலேட்டாய் உதவி புரியும்.

என் தந்தை தமிழாசிரியர் என்பதால் அவரது சேகரிப்பில் கிட்டத்தட்ட நாற்பதாயிரம் புத்தகங்கள் எங்கள் வீட்டில் இருந்தன. எங்கள் வீடு முழுக்க புத்தகங்கள். புத்தக மூட்டைகளுக்கு நடுவில்தான் தூங்குவேன். காற்றடிக்கும் மாதங்களும், மழையடிக்கும் வேளைகளும் எங்களைப் பாதுகாப்பதைவிட புத்தகங்களைப் பாதுகாப்பதே எங்கள் கவலையாக இருந்த காலம் அது.

தென்னை ஓலை நைந்துவிட்டால் மீண்டும் புதியதாய் ஓலை மாற்றுவோம். பழைய ஓலைகளைக் கீழே தள்ளிவிட்ட பிறகு வீடு சதையிழந்த எலும்பாய் தென்னை மர வாரைகளுடனும், நார்களுடனும் என்னைப் பார்த்து கண்ணீர் விடும். சட்டென்று கூரையற்ற, பொருள்களற்ற வீட்டின் அறைகள் சின்னதாய் தோற்றமளிக்கும்.

பால்யத்தின் கண்களில் விஸ்வரூபமாய் தெரியும் வீடு, வயதின் பார்வையில் தன் உருவத்தை இழந்து சின்னதாக மாறுவது எந்தக் கணத்தில் நடக்கிறது என்று யாரால் சொல்ல முடியும்? அந்த வீட்டை நினைக்கும்போதெல்லாம் காய்ந்த தென்னை ஓலைகளும், புத்தக வாசமும், சாணி மெழுகிய தரை வாசமும் என்னுள் வந்து போகும்.

அப்புறம் நாங்கள் ஓட்டு வீட்டுக்கு மாறினோம். பெரிதாக வித்தியாசம் ஒன்றுமில்லை. இப்போது நான்கு அறைகள். சிவப்பு ஆமைகள் வரிசையாக நிற்பது மாதிரி ஓடுகள் கூரையில் அடுக்கப்பட்டிருக்கும். மழைக் காலங்களில் ஓடுகளின் இடைவெளியில் உள்ள சிறிய கால்வாயில் தண்ணீர் வழுக்கி வந்து கீழே விழுந்து மணலில் நீர் முட்டைகளை உருவாக்கும். எங்களின் காகிதக் கப்பல் அந்தச் சிறிய வட்டத்தில் சிக்கிச் சுழன்று

நா.முத்துக்குமார்

பின்பு தெருவோடு கலந்து தொலைந்து விடும். ஓட்டு வீடுகளில் கோடைக்காலம் கொடுமையானது. பகலின் வெப்பம் தாங்காமல் இரவெல்லாம் ஓடுகளிலிருந்து தரை நோக்கி தேள்கள், நட்டுவாக்காளி போன்ற பூச்சிகள் கீழே விழும். எத்தனையோ இரவுகள் என் போர்வையில் என்னுடன் தேள்களும் புரண்டு படுத்திருக்கின்றன. தேள் கடித்த தடயம் இல்லாதவர்கள் ஓட்டு வீடுகளில் வாழவில்லையென்று அர்த்தம். ஓட்டு வீடுகளின் வாசனை தேள்களின் சுவாசங்களில் இருந்து எழுகிறது.

நான் பத்தாம் வகுப்பு படிக்கும்போது மாடி வீடு கட்ட ஆரம்பித்தோம். கிராமத்தில் வீடு கட்டுவது என்பது திருவிழா நடப்பது மாதிரி. கடைக்கால் தோண்ட பூஜை செய்து, சதுரம் சதுரமாகக் குழி வெட்டத் தொடங்கும்போதே குதூகலம் தொடங்கி விடும்.

வேகவதி ஆற்றங்கரையிலிருந்து மாட்டு வண்டியில் மண் எடுத்து வருவோம். வீட்டுக்கு முன்பு மண் கொட்டப்படும் போது குழந்தைகள் சூழ்ந்து விடுவார்கள். வீடு கட்ட குவிக்கும் மணலில் விளையாடும் குழந்தைகள்தான் உண்மையில் வீடுகளை ஆசீர்வதிக்கின்றனர்.

பின்பு செங்கல் வாங்க செங்கல் சூளைக்குக் கிளம்பு வோம். பென்னாம்பெரியது: மிகப் பெரியது; பெரியது; சிறியது; மிகச் சிறியது; என அடுக்கப்பட்ட வரிசையில் செங்கற்கள் எரிந்துகொண்டிருக்கும். சவுக்கு கட்டைகள் கீழ் அறைகளில் உஷ்ணம் சேர்க்க ஆபத்தறியாமல் சூளைக்கு மேலே சிட்டுக்குருவிகள் அமர்ந்திருக்கும். அதிகாலை சூரியனை நோக்கி செங்கற்சூளை வெள்ளை கொடி காட்டுவதுபோல புகையை அனுப்பும்.

வீட்டின் கட்டடம் உயர உயர ஊரே வந்து விசாரித்துப் போகும். இந்தப் பக்கம் வாசல் அந்தப் பக்கம் ஜன்னல் என்று பார்த்துப் பார்த்து கட்டி முடித்து கிரகப் பிரவேசம் நடக்கையில் வாசல் பூசணிகள் காசுகளை உதிர்த்து கற்பூரத் தண்ணீரில் சிரிக்கும். மாடி வீடு அந்தஸ்தின் குறியீடு. வாசலில் கட்டப்படும் திருஷ்டி பொம்மையின் தனிமையைப்போல மாடிவீடுகள்

பெயிண்ட் வாசனையுடன் கிராமத்தில் இருந்து அந்நியப் படுகின்றன.

மாநகரம் அடுக்குமாடி வீடுகளால் நிரம்பியிருக்கிறது. அடுக்கு மாடி குடியிருப்பின் வாசல்களில் பால் பாக் கெட்டுகளும், செய்தித்தாள்களும் சூரிய ஒளி வெப்பமாகும் வரை காத்திருக்கின்றன. ஜன்னல் கம்பிகள் தோறும் ஈரத்துணிகள் காற்றிலாடிக்கொண்டிருக்கின்றன. கதவில் பொருத்தியிருக்கும் லென்சுகளின் வழியே மாநகரம் வெளியே நிற்பவர்களின் முகங்களை பெரிதாக்கிப் பார்த்து சந்தேகத்துடன் உள்ளே அனுமதிக்கிறது. நாய்கள் குறித்த எச்சரிக்கையை சகமனிதனுக்கு மாநகரத்து வீடுகளின் பலகைகள் அறிவித்துக்கொண்டு இருக்கின்றன.

சென்னையில் எங்கள் தெருவைக் கடந்து சென்றபோது ஒரு ஆச்சரியமும் அதிர்ச்சியும் காத்திருந்தது. தெருவின் கடைசியில் ஒரு அடுக்குமாடி கட்டடம் புதிதாகக் கட்டப் பட்டிருந்தது. அந்தத் தெருவின் வழியாகத்தான் தினமும் சென்று வருகிறேன். அந்த இடத்தில் அப்படி ஒரு கட்டடம் கட்டிக்கொண்டிருக்கும் சூழலையே கண்டதில்லை.

திடீரென்று பிறந்த பெண் குழந்தை ஒரே நாளில் இளம் பெண்ணாக மாறுவதைப்போல ஒரே நாளில் எப்படி கட்டடம் முளைக்கமுடியும்? கடந்த ஆறு மாதங்களாக ஓலைகளால் மூடப்பட்ட சாரங்களுக்கு உள்ளே அந்தக் கட்டடம் ரகசியமாக வளர்ந்திருக்கிறது. மாநகரத்துத் தெருக்கள் தோறும் மழைக் காளான்கள் மாதிரி கட்டடங்கள் திடீர் திடீரென்று முளைக்கின்றன. வீட்டைக் கட்டிப் பார் என்பார்கள். வீடு கட்டுவதைப் பார்க்கக்கூட அனுமதிக்காமல் மாநகரத்தில் வீடுகள் முளைத்துக்கொண்டிருக்கின்றன.

ABCD

'ஒளி உண்டாகக் கடவதாக' என்றார் கடவுள்; ஒளி உண்டானது. 'சினிமா உண்டாகக் கடவதாக' என்றார் மீண்டும்; தாமஸ் ஆல்வா எடிசன் உண்டானார். குகைகளின் சுவர்களில் செதுக்கப்பட்ட சிற்பங்களும், ஓவியங்களும் உயிருள்ளதாகி நடனமாடத் தொடங்கின!

இதெல்லாம் நடந்து முடிந்து நீண்ட நாட்களுக்குப் பிறகு எங்கள் கிராமத்துக்கு டூரிங் டாக்கீஸ் வந்தது. கூண்டு வண்டிகளில் இருபுறமும் போஸ்டர் ஒட்டி, ரேடியோ ஸ்பீக்கர்களில் 'இன்றே கடைசி' என்று திரையிடப்படும் படத்தின் பராக்கிரமங்களைச் சொல்லி, சிறுவர்கள் நாங்கள் பின்தொடர, நோட்டீஸ் கொடுத்துச் சென்றார்கள். மறக்காமல் ஒவ்வொரு தடவையும் கடைசியாக 'ஒளி ஒலி அமைப்பு, ஈஸ்வரி சவுண்ட் சர்வீஸ்' என்று முகவரியோடு காது குத்து, கல்யாணம், மஞ்சள் நீராட்டு விழா போன்ற சுப நிகழ்ச்சிகளுக்கு அணுகச் சொன்னார்கள். ஆடாதொடை பூக்கள் வடிவத்தில் சாயம் போயிருந்த அந்த ஸ்பீக்கர்களின் வசீகரத்தில், நாங்கள் ஊர் எல்லை வரை சென்று வழியனுப்புவோம். இப்படியாக, மாட்டு வண்டிகளின் ஸ்பீக்கர் உதவியுடன் சினிமாவின் விதை எங்கள் ஊரில் விழத் தொடங்கியது.

ஒவ்வொரு உருவமும் தனது காதில் பேசும் ரகசியங்களைக் கறுத்த நிழலாக மொழிபெயர்க்கிறது ஒளி. ஒளிக்கும் நிழலுக்குமான உறவின் சூட்சுமம் விக்ரமாதித்யனுக்கு வேதாளம் சொல்லும் கதையாக தினந்தோறும் தொடர்ந்து கொண்டிருக்கிறது. ஒளி, உயரமான உருவங்களைச் சுருக்கி நிழலெடுத்து அகங்காரம் அழிக்கிறது. குட்டையான உருவங்களை நெடிதாக்கிக் காட்டி ஆறுதல் சொல்கிறது.

"ஒளி இல்லாத பொருள் ஜகத்தில் இல்லை; இருள் என்பது குறைந்த ஒளி" என்றான் பாரதி. ஒளி அவனது நிழலையும் வரலாற்றின் இருண்ட அறையில் புகைப்படமாக்கி விட்டு, அடுத்தடுத்த நிழல்களைப் பிரதியெடுக்க விரைந்து கொண்டு இருக்கிறது.

கிராமத்தில் இரவுச் சாப்பாட்டுக்குப் பிறகு, எங்கள் பாட்டி கதை சொல்லத் தொடங்குவாள். வேப்பமரக் காற்றோடு திண்ணையில் அமர்ந்து 'உம்' கொட்டக் கொட்ட, பௌர்ணமி நிலவொளியில் மாய உலகம் தன் கதவுகளைத் திறக்கும். 'ஒரு ஊர்ல...' என்று ஆரம்பித்து ஏழு கடல் தாண்டி, ஏழு மலை தாண்டி, கதைகள் சஞ்சரிக்கும். பறக்கும் கம்பளம் மேகங்களைக் கிழித்து வானத்தில் பறக்கும். பஞ்சவர்ணக் கிளியின் கழுத்துச் சிமிழுக்குள் இளவரசியின் உயிர் அபயக்குரல் கொடுக்கும். மோதிரங்களை விழுங்கும் மீன்கள் துஷ்யந்தனின் ஞாபகங்களைக் களவாடும்.

பள்ளிக்கூடம் முடிந்து விளையாடும் பின்மாலைப் பொழுதில் நாங்கள் விஞ்ஞானிகளாகி விடுவோம். விஞ்ஞானம் ஒரு பொம்மை மாதிரி, அது எப்போதும் சிறுவர்களின் கண்களாலேயே பார்க்கச் சொல்கிறது. ஆச்சரியங்களையும், பிரமாண்டங்களையும், புதிர்களையும் திறந்து பார்க்க சிறுவர்களின் மனநிலையை விஞ்ஞானம் கேட்கிறது. விஞ்ஞானிகள் பலரின் செயல்களில் குழந்தைத்தனம் கலந்திருப்பது இதனால்தான்.

விஞ்ஞானிகளான பிறகு நாங்கள் சொந்தமாக திரைப்படம் காட்ட ஆரம்பித்தோம். எங்கள் முதல் திரைப்படக் கருவியின் செய்முறை மிக எளிமையானது. ஒரு தீப்பெட்டி, நீளமான சுருளாக ஒட்டப்பட்ட காகிதப் படங்கள், இரண்டு குச்சிகள். இவைதாம் எங்கள் முதலீடு.

தீப்பெட்டியின் மத்தியில் சதுரமாக வெட்டிவிட்டு, மேலேயும் கீழேயும் இரண்டு குச்சிகளைச் செருகி, மேல் குச்சியில் காகிதச் சுருளை ஒட்டி, அதன் முடிவை கீழ்ச் சுருளில் ஒட்டியதும் கருவி தயார். கீழே இருக்கும் குச்சியைத் திருகத் திருக சதுர இடைவெளியில் படம் ஓடிக்கொண்டிருக்கும். சில நாட்களில் அனைவருக்கும் போரடித்துவிட்டது. செய்முறை எளிதென்பதால் எல்லா சிறுவர்களும் விஞ்ஞானிகளாகி விட்டார்கள்.

மூத்த விஞ்ஞானிகள் வளர வேண்டாமா? நாங்கள் வேறு கருவிக்கு மாறினோம். இதன் முதலீடு வீட்டுக்குத் தெரியாமல் திருடும் தைரியத்தைக் கேட்டது. ஒரு நாற்பது வாட்ஸ் பல்பு, முகம் பார்க்கும் கண்ணாடி, சில ஃபிலிம் சுருள்கள். இவைதான் கச்சாப் பொருள்கள்.

பல்பின் மேல் பகுதியை உடைத்து விட்டு அதன் குடுவைக்குள் தண்ணீரை ஊற்றிக்கொள்வோம். பல்புக்கு முன்னால் சூரிய ஒளியில், முகம் பார்க்கும் கண்ணாடியைக் காட்டி, பிரதிபலிக்கும் ஒளி பல்பில் விழுமாறு செய்வோம். பல்புக்கு பின்னால் ஃபிலிம் சுருளை வைப்போம். இவை அனைத்தும் ஒரு வெள்ளைச் சுவர் அல்லது வெண்திரை(அப்பாவின் வேஷ்டி)யில் நடக்கும். ஃபிலிமில் இருக்கும் உருவம் பெரிதாகத் தெரிய, கூடியிருக்கும் சிறுவர் கூட்டம் குதூகலிக்கும். அந்தக் காலத்தில் கிராமத்து மாந்தோப்புகளில் மாங்காய்கள் திருடு போவதெல்லாம் நாங்கள் காட்டும் இந்தப் படத்துக்குப் பையன்கள் தரும் கட்டணமாக இருந்தது.

இந்த எல்லாக் கண்டுபிடிப்புகளுக்கும் சவால் விட்ட படி, ‘மருதமலை மாமணியே முருகய்யா...’ என்றழைத்து டிக்கெட் கொடுத்து டூரிங் டாக்கீஸ் (சரிபாதி செந்தமிழில் டெண்ட்டு கொட்டா) படம் காட்டிக்கொண்டிருந்தது. கிராமத்தின் ஒரே பொழுதுபோக்கு அதுதான். ஆற்று மணலில் அமர்ந்தபடி, சாம்பல் நிறத்தில் சாயம் போன திரையில், பொரி உருண்டை சாப்பிட்டபடி படம் பார்ப்போம்.

ஒருமுறை, நான் படம் பார்த்துக்கொண்டிருந்தபோது, இடைவேளையில் பக்கத்து ஊரைச் சேர்ந்த ஒரு அண்ணன், எங்கள் தெரு அக்காவுக்கு ஒரு கடிதம் கொடுத்து, என்னைக் கொடுக்கச் சொன்னார். அந்த அக்கா ரொம்பவும் அழகாக இருப்பார். கிராமத்திலேயே எட்டாவது வரை படித்தவர்.

செம்பருத்திப் பூப்பறிக்க காலைகளில் எங்கள் வீட்டிற்கு வருவார். கடிதத்தை வாங்கியதும் எனக்குக் கைகள் நடுங்கத் தொடங்கி விட்டன.

டிக்கெட் கௌன்டருக்கு அருகில் ஒளிந்து நின்று பிரித்துப் படித்தேன். 'உனக்கு செகப்பு தாவணி ரொம்ப அழகா இருக்கு. உன் தங்கச்சிக்கிட்ட என்னைக் காட்டி என்ன சொல்லிக்கிட்டிருந்தே? என்னையே பார்த்துப் பார்த்து சிரிக்குறா! மளிகைக்கடை அண்ணாச்சி சந்தேகப் படறாரு... நாளைக்கு கன்னியம்மன் கோயிலுக்கு வந்துடு' என்று எழுதி கையெழுத்திட்டிருந்தது. ஏகப்பட்ட எழுத்துப் பிழைகள். கையெழுத்திற்கு மேல் 'கோடி முத்தத்துடன்' என்பதற்குப் பதிலாக 'கேடி முத்தத்துடன்' என்றிருந்தது.

அந்த அக்காவின் அம்மாவுக்குத் தெரியாமல் கையைக் கிள்ளி கடிதத்தைக் கொடுத்தேன். நான்காக மடித்து தாவணிக்குள் செருகிவிட்டு என்னைப் பார்த்துச் சிரித்தது. நாலைந்து மாதத்துக்குள் இருவரின் வீட்டுக்கும் விஷயம் தெரிந்து சண்டையாகி, அந்த அக்காவும் அண்ணனும் கிணற்றில் விழுந்து தற்கொலை செய்துகொண்டார்கள். துஷ்யந்தனின் மோதிரத்தை விழுங்கிய மீன்கள் அவர்களின் கடிதங்களையும் விழுங்கியபடி நீந்திக்கொண்டிருந்தன. அதற்குப் பிறகும் டூரிங் டாக்கீஸின் மணலுக்கடியில் விரல்கள் சேர்வதும், கண் பார்வை வழி காதல் தொடர்வதும் நடந்துகொண்டுதானிருக்கிறது. இப்போது சவுக்குக் கட்டைக்குப் பதில் ஆளுயர சுவர்கள் ஆணுக்கும் பெண்ணுக்கும் வேலி போடுகின்றன.

மாநகரத்து திரையரங்குகளில் மணல் மேடுகள் இல்லை. ஏ,பி,சி,டி என்று மாநகரம் ஆண்களையும் பெண்களையும் எண்களாக மாற்றி, சம உரிமை கொடுத்து உட்கார வைக்கிறது.

அகன்ற திரைகளில், டி.டி.எஸ். ஒலியுடன் மாநகரம் தொழில்நுட்பத்தின் துல்லியத்தை பார்வையாளர்களுக்கு அளிக்கிறது. மாநகரத்து பெருந்திணைக் காதலர்களும், உடன் போக்கு ஜோடிகளும் கடைசி இருக்கைகளைக் கேட்டு வாங்கிப் படம் பார்க்கிறார்கள். கைக்கிளை அன்பர்கள், கழிவறைகளில் தத்தம் காதலியின் பெயரையோ, படத்தையோ கிறுக்கி, அதற்குக் கீழ் ஆட்டின் வரைகிறார்கள்.

நகம் உதிரும் கணங்கள்

பெயர் தெரியாத பறவை, காயத்ரி ஜெபம் உச்சரிக்க கிராமம் கண் விழித்தது. அதிகாலையின் ரேகைகள் மெல்ல மெல்ல இரவின் கறுத்த விரலில் இருந்து விடுபடத் தொடங்கின. வயல் வெளிகளில் கொக்குகள் பூக்கத் தொடங்க சோளக்காட்டு பொம்மைகள் நனைந்த வைக்கோல் உடம்புடன் இன்னுமொரு நாளுக்கான பறவை விரட்டலை ஆரம்பிக்கத் தொடங்கின.

கிழக்கே வாழைத் தோட்டங்களுக்கு மேலாக சூரியன் எட்டிப் பார்க்கிறது. பம்புசெட்டுகளில் குளித்துக்கொண்டிருக்கும் இளைஞர்கள் சூரியனைப் பார்த்து, “என்னப்பா இன்னிக்கு ரொம்ப லேட்டா வர்றே?” என்கிறார்கள். சூரியன் செஞ்சிவப்பிலிருந்து மஞ்சள் வெளிச்சத்துக்கு மாறியபடி கொஞ்சம் கண் அசந்துட்டேன். அது சரி “காயத்ரி வந்தாச்சா?” என்கிறது. “வர்ற நேரம் தான்” என்றபடி கண்களில் ஆர்வம் மினுங்க தோளில் துண்டோடு இளைஞர்கள் வரப்புகளின் வழியாக நடக்கத் தொடங்குகிறார்கள்.

வேப்ப மரமும் ஒரு டீக்கடையும் இருக்கும் கிராமத்தின் பேருந்து நிறுத்தம் நன்றாக பார்வைக்குத் தெரியும்படியான ஒரு கோணத்தைத் தேர்ந்தெடுத்துக் கொண்டு, அடிக்கடி மறைக்கும்

மேகங்களை கடிந்தபடி, “காயத்ரி இப்ப வந்திருவா” என்று தனக்குள் பேசிக்கொண்டு சூரியன் காத்திருக்கத் தொடங்குகிறது.

எங்கள் கிராமத்தின் ஒரே ஒரு அழகி காயத்ரி. அழகு என்றால் அப்படி ஒரு அழகு. கடவுள் மழையையும் வெயிலையும் ஊற்றி அவள் கண்களைப் படைத்திருந்தான். கருப்பு வெள்ளை நிறத்திலும் பூக்கள் இருக்கும் என்று அவள் கண்களைப் பார்த்துதான் நாங்கள் அறிந்து கொண்டோம். ஒரேநேரத்தில் வண்டாகவும் பூவாகவும் அவள் கண்கள் மாறி மாறி விஸ்வரூபம் கொள்ளும். வண்ணத்துப் பூச்சியின் சிறகைப்போல் இமைகள் படபடக்க, அவள் புருவச் சுழிப்பில் அலைக்கழிந்தவர்கள் அநேகம். பாலும் தேனும் பக்குவமாகக் கலந்து அவள் நிறமாகியிருந்தது. பிரபஞ் சத்தின் பங்குக்கு வெண்ணிலா தன் துண்டுகளைக் கொஞ்சம் அவள் கன்னத்துக்குக் கொடுத்திருந்தது. ரம்பா ஊர்வசியின் வியர்வையுடன், பூக்களின் மகரந்தம் கலந்து, அத்தர் தெளித்தால் என்ன வாசனை வருமோ அந்த வாசனையை அவளுக்கு இயற்கை அளித்திருந்தது. சிருஷ்டியின் உச்சமாக அவள் இருந்தாள். கடவுள் ஒரு கைதேர்ந்த கவிஞன் என்பதற்கும்; சிற்பி என்பதற்கும்; ஓவியன் என்பதற்கும்; அவளே சாட்சியாக இருந்தாள்.

அவளை முன்னிறுத்தி கிராமத்தில் நிறைய கிளைக் கதைகள் உருவாகியிருந்தன. அவற்றில் எனக்குப் பிடித்த ஒரு கிளிக்கதையை உங்களுக்குச் சொல்கிறேன். கிறிஸ்துவுக்கு முன்பு(கி.மு); கிறிஸ்துவுக்குப் பின்பு(கி.பி.) என்று பிரிப்பதைப்போல, காயத்ரிக்கு முன்னால்(கா.மு), காயத்ரிக்குப் பின்னால்(கா.பி) என்று பிரித்துக் கொள்வது கதை சொல்ல வசதியாக இருக்கும். கா.மு.,வில் எங்கள் ஊரில் கிளிகள் முழுக்க முழுக்க நூறு சதவிகிதம் பச்சை நிறத்திலேயே இருந்தன. மூக்குகூட சிவப்பு கிடையாது. அதுவும் பச்சை நிறம்தான். ஒருநாள் கிளிக்கூட்டம் ஒன்று காயத்ரி வீட்டு தோட்டத்தின் மகிழம்மரத்தில் அமர்ந்தபடி கதை பேசிக்கொண்டிருந்தன. காயத்ரி தன் பதினைந்தாவது அகவைக்கு அடியெடுத்து வைத்த புண்ணிய வருடம் அது. அப்போதெல்லாம் கிராமத்தின் குளியலறை, மேலே கூரையற்று திறந்தவெளியில் இருக்கும். காயத்ரி குளித்துக்கொண்டிருக்கிறாள். கிளிகளுக்கும் கண் உண்டு அல்லவா! காயத்ரியின் அழகில் அவற்றின் சிறகுகள் தந்தி அடிக்கத் தொடங்குகின்றன. காயத்ரியின் உதடுகள் சிவந்த கனியைப்போல இருக்க, புதுவிதமான கனி என்று நினைத்து கிளிகள் அவற்றை அலகுகளால் கொத்திப் பார்க்கின்றன. அன்று முதல் அவற்றின் மூக்குகள் சிவந்துவிட்டன. இப்படி காக்கைகள்

கறுப்பான கதை; கொக்குகள் வெள்ளையான கதை: வானவில் உடைந்து விழுந்த கதை என நிறைய கதைகளை உருவாக்கியபடி காயத்ரியின் இருப்பு கிராமத்தை உலுக்கிக்கொண்டிருந்தது.

அந்தக் காலத்தில் பத்தாம் வகுப்பு, பன்னிரெண்டாம் வகுப்பு அரசு பொதுத்தேர்வு எழுதும் இளைஞர்கள் ஃபெயிலாவதற்கு இரண்டே காரணங்கள்தான் இருந்தன. ஒன்று ஆங்கிலம் அல்லது கணிதப் பாடம், அடுத்தது காயத்ரி!

காயத்ரி அப்போது ப்ளஸ் டூ படித்துக்கொண்டிருந்தாள். அருகில் உள்ள நகரத்தில் அவள் படிக்கும் அரசினர் பெண்கள் மேல்நிலைப் பள்ளி இருந்தது. காலையில் எழுந்ததும் தலை குளித்து, சுருட்டை முடியில் சூரியன் அலையடிக்க கண்ணாடி முன் வந்து நிற்பாள். அவள் அழகில் வெப்பமாகி கண்ணாடிக்குப் பின் பாதரசம் உருகும். பட்டுப் பாவாடை, தாவணி உடுத்தி பேருந்து நிலையம் வருவாள். நாங்களெல்லாம் எத்தனை முறை கைகாட்டினாலும் நிற்காத பிரசன்னா பஸ் சர்வீஸ் அவளது சுண்டு விரல் அசைவுக்கே வழுக்கிக்கொண்டு நிற்கும். தன் அழகு குறித்த ஒட்டுமொத்த கர்வத்துடன் எங்களை ஒரு தூசிப் பார்வை பார்த்துவிட்டு பேருந்து ஏறுவாள்.

எங்களை அவள் கடந்து செல்லும்போது காற்றில் ஈரப்பதம் குறைந்து வேர்க்கத் தொடங்கிவிடும்.

பள்ளியிலும் அவளே நாயகி. சக தோழிகளின் மனதில் அழகு குறித்த தாழ்வு மனப்பான்மையைக் கிளப்பி அவர்களின் தோல்வியில் இருந்து தன் வெற்றியை சுவீகரித்துக் கொள்வது அவளுக்குப் பிடித்தமான ஒன்று. ஒவ்வொரு நாளும் தன் அழகால் அலைக்கழிந்தவர்களின் பட்டியல் ஏறிக்கொண்டே போவது குறித்து ஆழ்மனதில் காயத்ரிக்கு ஒரு குரூர சந்தோஷம் இருந்தது. இரவு தூங்கும்போது கண்ணாடி முன் நின்று அதைப் பகிர்ந்துகொள்வாள்; இன்னிக்கு நூற்றி இருபத்தியொரு பசங்க காலி! கண்ணாடி வழக்கம்போல் வெப்பத்தால் பாதரசம் உருக்கும்.

காயத்ரியை நாங்கள் எல்லாருமே காதலித்தோம். நாங்கள் என்றால் எங்கள் கிராமம்; பக்கத்து கிராமம்; அவள் படிக்கும் நகரம் என எல்லாம் சேர்த்து குறைந்தபட்சம் ஆயிரத்து சொச்ச இளைஞர்கள் என்று அர்த்தம். யாராவது ஒருவரைக் காதலித்தால் தன் ரசிக பட்டாளத்தை இழந்து விடும் அபாயம் இருப்பதால் காயத்ரி யாரையுமே காதலிக்கவில்லை. நிலவின்

பிம்பம் எல்லா நதிகளிலும் விழுகிறது. அதற்காக எல்லா நதிகளையும் நிலா காதலிக்க வேண்டுமா என்ன?

வெள்ளிக்கிழமைகளில் காயத்ரி கோயிலுக்கு வருவாள். நாங்கள் பிள்ளையாருக்கு பக்தனாகி விடுவோம். பிள்ளையாரின் கணக்கில் எங்கள் வேண்டுதலான நூற்றியெட்டு தேங்காய் அப்படியே இருக்கும். ஒரு காலமும் அந்த தேங்காய்கள் உடைபடப் போவதில்லையென்று பிள்ளையாருக்கும் தெரியும். காயத்ரி கோவிலை வலம் வந்து நமஸ்கரிப்பாள்.

ஒருமுறை தீபாராதனை தட்டின் கற்பூர வெளிச்சத்தில் காயத்ரியைப் பார்க்க நேர்ந்தது. கோயில் பிரகாரங்களின் வெளவால் வாசனை; விபூதி வாசனை; குறுகுறுக்கும் புறாக்களின் வாசனை என எல்லாம் கலந்து கற்பூர ஒளியில் காயத்ரியை பார்க்கும்போது ஒரு அமானுஷ்யத் தோற்றம் புலனானது. அவளது அழகின் சுடர் முன் நாங்கள் பயந்து போய் கண்களை மூடிக்கொண்டோம். தைரியமாய் அவளைப் பார்த்த நண்பன் ஒருவன் பைத்தியமாகி விட்டான்.

படுபாவி. தாங்கக்கூடிய அழகா அது? ஆயிரம் கோடி மின்னல்களின் ஒரு நொடி தரிசனம் அல்லவா அது! காயத்ரி சென்ற பிறகும் அந்த நண்பன் பிரக்ஞையற்று புலம்பிக்கொண்டே இருந்தான். அவனது ஞாபகத்தில் அந்தத் தருணம், அந்தக் காட்சி மட்டுமே உறைந்துவிட்டது. இன்றைக்கும் ஏதோ ஒரு தெருவில் அந்தக் கடைசி கணத்துடனும் கிழிந்த ஆடைகளுடனும் அவனை எதிர்கொள்ள நேர்கிறது. அழகுக்குப் பின்னால் இப்படியெல்லாம் ஆபத்து இருக்குமா? தன் கண்ணாடியிடம் சொல்லிப் பெருமைப்பட காயத்ரிக்கு ஒரு புதிய பைத்தியம் கிடைத்துவிட்டது.

எங்களை மையம் கொண்ட புயல் ஒருவழியாகக் கரையைக் கடந்தது. காயத்ரியின் அப்பாவுக்கு மாநகரத்துக்கு வேலை மாற்றம் வந்தது. ஒருவாரம் கிராமமே சலனமற்று இருந்தது. ஒருவர் கண்ணீர் மற்றவருக்குத் தெரியாமல் காயத்ரியை வழி அனுப்பி வைத்தோம்.

மாநகரத்தில் காயத்ரி கல்லூரியில் சேர்ந்தாள். கல்லூரி திறக்கும் முதல் நாள் கண்ணாடி முன்பு நின்றாள். ஒரு கிராமத்தின் ஆண்கள் பட்டியலே கண்ணாடிக்குள் மங்கிப் போயிருந்தது. தனக்கு ராசியான பட்டுப்பாவாடை தாவணியில்

நா.முத்துக்குமார் 55

காயத்ரி கண்களுக்கு மை தீட்டியபடி கண்ணாடியிடம் சொன்னாள் "இன்னிக்கு பசங்க சாகப் போறாங்க பாரு!"

மாநகரத்து பேருந்து நிலையத்தில் கூட்டம் அதிகமிருந்தது. ஷேர் ஆட்டோக்கள் வேறு அடிக்கடி பயணிகள் பக்கம் நின்று ஹாரன் அடித்துக்கொண்டிருந்தது. காயத்ரி சுற்று முற்றுப் பார்த்தாள். யாருமே அவளைக் கவனிப்பதாகத் தெரியவில்லை. அவள் செல்ல வேண்டிய பேருந்துகளை விட்டு விட்டு அப்படியே நின்று கொண்டிருந்தாள். இப்போது கூட்டம் கொஞ்சம் குறைவாக இருந்தது. நோஞ்சலாக சோடாபுட்டி போட்டிருக்கும் பையன்கூட காயத்ரியைத் திரும்பி பார்க்கவில்லை. "டேய் புட்டி... பார்றா... எவ்வளவு அழகா இருக்கேன்!" மனதுக்குள் அவனைத் திட்டிக்கொண்டாள்.

கல்லூரியில் மிடி, சுடிதார், ஜீன்ஸ் என்று விதவிதமான உடைகளில் பெண்கள். எதற்கெடுத்தாலும் சிரிப்பு. "த்தோடீ... தாவணி... செந்தமிழ் நாட்டு தமிழச்சி" என்று காயத்ரியைக் காட்டி ஒரு சிரிப்பு. காயத்ரிக்கு அழுகை அழுகையாக வந்தது. எல்லாப் பெண்களுமே அழகாக இருந்தார்கள். நுனி நாக்கு ஆங்கிலத்தில் தடுமாறச் செய்தார்கள். முதன்முதலாக தாழ்வு மனப்பான்மையின் கதவைத் திறந்து உள்ளே நுழைகிறாள் காயத்ரி.

மதியம் விடுப்பு எடுத்துக்கொண்டு வீட்டுக்குத் திரும்பி விட்டாள். பேருந்து காலியாக இருந்தது. அந்த ஓட்டைப் பல் கண்டக்டர்கூட டிக்கெட் கொடுத்துவிட்டு வேறெங்கோ வேடிக்கை பார்க்கத் தொடங்கி விட்டான்.

இந்த நாள் மட்டும் இல்லை, இனிவரும் எந்த நாளுமே தனக்கான நாள் இல்லை என்று காயத்ரிக்கு புரியத் தொடங்கியது. இரவு கண்ணாடி முன்பு நின்று அழத் தொடங்கினாள். உருக்குவதற்கு பாதரசம் தீர்ந்த நிலையில் கண்ணாடி அவளையே முறைத்துக்கொண்டிருந்தது.

மாநகரம் தன் ரகசியக் குறிப்பேட்டை திறந்து கிராமத்திலிருந்து ஒரு லட்சத்து பதிமூன்றாயிரத்து நாற்பதாவது காயத்ரி என்று எழுதி விட்டு அடுத்த காயத்ரிக்காய் காத்திருக்கத் தொடங்கியது.

சைக்கிளாற்றுப் படை

கடந்து வந்த பாதைகளை
காற்றுடன் பேசிக்கொண்டிருக்கிறது
குடிசைக் கூரையில் சைக்கிள் டயர்.

– இது நான் எழுதிய கவிதை

சைக்கிளைக் காதலிக்காத சிறுவர்கள் உண்டா? கிராமம் நகரம் மாநகரம் என எல்லா சாலைகளிலும் மடி நிறைய மனிதர்களை ஏற்றிக்கொண்டு இரும்பு கங்காருவைப் போல தாவிச் செல்கிறது சைக்கிள்.

சைக்கிளுக்கும் நமக்குமான உறவு குழந்தைப் பருவத்திலேயே தொடங்கிவிடுகிறது. காலத்தின் பழுப்புக் கறை படிந்த புகைப்பட ஆல்பத்தை, மூன்று சக்கர சைக்கிள் மேல் அமர்ந்தபடி பால்பற்கள் தெரியச் சிரிக்கும் குழந்தைகளின் படங்களே கௌரவப்படுத்துகின்றன.

சைக்கிள் ஒரு சொந்த சகோதரனைப்போல நமக்கு வழிகாட்டுகிறது. சதைப் பிடிப்பற்று ஒல்லியாக இருக்கும் அதன் எளிமையான வடிவம், நமக்குள் எந்த தாழ்வு மனப்பான்மையையும் கிளப்புவதில்லை.

சைக்கிளில் இருக்கும் மணி நம்மை ஒரு இசைக் கலைஞனாக ஆக்குகிறது. அதன் மிதிகட்டைகள் காலுக்குக் கீழே பூமி நழுவிச் செல்லும் அதிசயத்தை நமக்கு கற்றுத் தருகின்றன. அலுமினிய முயலைப்போல கண்ணாடிக் கண்களிலிருந்து ஒளிக் கற்றைகளை வெளியேற்றும் அதன் டைனமோ விளக்கு நமக்கான பள்ளங்களை கவனப்படுத்துகிறது.

எதிர்க்காற்று உந்தித் தள்ள முன்னேறிச் செல்லும் சைக்கிள்களே வாழ்க்கை குறித்த நமது பயங்களை தவிடு பொடியாக்குகின்றன. நம்மால் நாம் முன்னேறுகிறோம் என்ற உணர்வே சைக்கிள் மீதான நம் இச்சையை அதிகமாக்குகிறது. எல்லாவற்றுக்கும் மேல் சைக்கிளை நாம் நேசிக்கும் காரணம் சைக்கிள் நம்மைப்போலவே சுவாசிக்கிறது. காற்றில்லாத மனிதனைப்போலவே காற்றில்லாத சைக்கிளும் பயணத்தை முடித்துக்கொள்கிறது.

நான் மூன்றாவது படிக்கும்போது சைக்கிள் விடக் கற்றுக்கொண்டேன். எனக்குக் கற்றுக் கொடுத்தவன் ஐந்தாவது படிக்கும் எங்கள் தெருப் பையன். வாடகை சைக்கிளுக்கு பத்துப் பைசா அவனுக்கு பத்துப் பைசா (குரு தட்சணை) என உடன்படிக்கை செய்தாயிற்று.

எங்கள் கிராமத்திலேயே ஒரே ஒரு வாடகை சைக்கிள் நிலையம்தான் இருந்தது. சங்கர் சைக்கிள் கடை. ஏழெட்டு பெரிய சைக்கிள்; ஒன்றிரண்டு சின்ன சைக்கிள்; ஏகப்பட்ட சைக்கிள் பாகங்கள், பஞ்சர் ஒட்ட ஒரு தண்ணீர்த் தொட்டி; இவையெல்லாம் சேர்ந்த ஒரு சைக்கிள் கடை. எந்த சைக்கிளுக்கும் கேரியர் கிடையாது. ஒவ்வொரு சைக்கிளுக்குப் பின்னாலும் சங்கர் என்று எழுதி ஒன்று, இரண்டு என்று நம்பர் போட்டிருக்கும். அயர் (Hire) சைக்கிள் கடை என்பது நாளடைவில் அய்யர் சைக்கிள் கடை ஆகிவிட்டது. பிரேக் ஒயரே பூணூலாக அய்யர் சைக்கிள்கள் சாலைகளை வலம் வந்துகொண்டிருந்தன.

ஒரு ஞாயிறு மதியம் வீட்டில் அனைவரும் உறங்கிய பிறகு அப்பாவின் சட்டைப்பையிலிருந்து இருபது காசுகளை திருடிக்கொண்டு சைக்கிள் பழக ஆரம்பித்தேன். ஒரு மணி நேரம் வாடகைக்கு எடுத்த சைக்கிளில் நாற்பது நிமிஷத்துக்கு மேலாக அந்தப் பையனே ஓட்டினான். நான் கேட்கும்போதெல்லாம் “முதல்ல நான் ஓட்டுறதை கவனிச்சுப் பாரு” என்றான். கடைசி பத்து நிமிடத்தில் என்னை சைக்கிள் மீது அமர வைத்து பிடித்துக்கொண்டான். “முதல்ல பேலன்ஸ் பண்ணணும்...

பயப்படக் கூடாது" என்றபடி அவன் என் முதுகெலும்பில் கை வைக்க... உடம்பெல்லாம் உதறி ஒரு செங்கல் குவியல் மீது தேய்த்துக்கொண்டே விழுந்தேன். கைகளில் சிராய்ப்பு.

வலதுகால் முட்டியில் பலத்த அடிபட்டு இரத்தம் கொட்டியது. பார்ப்பதற்கு எளிமையாக இருந்த குட்டி சைக்கிளின் தொழில்நுட்பம் சரிந்து படுத்தபடி என்னைப் பார்த்து சிரித்துக்கொண்டிருந்தது. நொண்டிக்கொண்டே வீட்டுக்குச் சென்றேன். இப்படியாக என் முதல் சைக்கிளாற்றுப் படை முடிந்தது.

அடுத்த வாரம் என் ஆர்வம் அறிந்து அப்பாவே சைக்கிள் ஓட்டக் கற்றுக்கொடுத்தார். என் இடுப்பை பிடித்துக்கொண்டு சைக்கிளின் கூடவே அப்பா ஓடி வர... சைக்கிள் முன்னேறிக் கொண்டிருந்தது. திடீரென்று பின்னால் திரும்பிப் பார்க்க... அப்பா இல்லை. நான் மட்டுமே சைக்கிளை ஓட்டிக் கொண்டிருந்தேன். பயமும், பரவசமும் ஒன்று சேர கீழே விழுந்தேன். இப்போது அடிபடவில்லை. சைக்கிளின் மர்மங்கள் பிடிபடத் தொடங்கிவிட்டன.

அதற்குப் பிறகு, அப்பாவின் பெரிய சைக்கிளில் நேரம் கிடைக்கும்போதெல்லாம் கால் பெடல், அரை பெடல், முக்கால் பெடல், குரங்கு பெடல் என பல பெடல்களைக் கடந்து என் சைக்கிள் சரிதம் முழு பெடலை வெற்றி கொண்டது.

கிராமத்தில் சைக்கிள் விடப் பழகியவர் உலகில் எந்த மூலையிலும் எந்த வாகன நெரிசலிலும் சைக்கிள் ஓட்டலாம் என்பது என் கருத்து. இரண்டு பக்கமும் வயல்வெளிகள் சேறுடன் காற்றிருக்க... ஒல்லியான வரப்புகளின் மேல் சைக்கிள் ஓட்டிப் பழகிய கால்களின் பலத்துடன் இதைச் சொல்கிறேன்.

கிராப் வெட்டிய ராணுவ வீரர்களைப்போல வரிசையாக பனைமரங்கள் நின்றிருக்க, ஏரிக்கரையில் செம்மண் மேட்டின் மேல் ஒற்றையடிப் பாதையில் தனிமையாக சைக்கிள் ஓட்டிச் செல்வதைவிட உலகில் வேறு சுகம் இருக்க முடியாது. நீங்களும், உங்கள் சைக்கிளும் மட்டுமேயான உலகம் அது. வேறு எந்த வாகனத்தை விடவும் சைக்கிளில் எனக்குப் பிடித்தது, சைக்கிளுக்கும் நமக்கும் உருவாகும் தனிமையான தோழமை. ஆளற்ற இரவுகளில் பூச்சிகளின் சப்தம் பயமுறுத்த, சாலைகளில் மனதுக்குப் பிடித்தப் பாடலை முணுமுணுத்தபடியே சைக்கிள் மிதித்துச் செல்லும் தருணங்களே காயங்களின் தழும்புகளுக்கு போராடும் உத்வேகம் அளிக்கின்றன.

சைக்கிளால் அடையாளப்படும் மனிதர்கள் நம் வாழ்வில் நிறைய உண்டு. அவர்கள் முகமும் தோற்றமும் மனதில் விரியும் போது அவர்களுக்கு அருகில் ஒரு சைக்கிளும் நின்றிருக்கும்.

மஞ்சள்வெளிச்சத்தில் புறப்பட்டு, உஷ்ணம் ஏறிய வெளிச்சத்தில் வியர்வையுடன் கடிதம் சுமக்கும் தபால்காரர்கள்; மஞ்சள் வெளிச்சத்தில் புறப்பட்டு மஞ்சள் வெளிச்சத்திலேயே திரும்பி வரும் ஒற்றை ரோஜாப்பூ செருகிய கொண்டை போட்ட ஆரம்ப பள்ளி டீச்சர்கள்; உறை கத்தி வடிவில் தெருத்தெருவாய்க் கூவி குஃல்பி ஐஸ் விற்பவர்கள்; என நிறைய நபர்கள் நம் கனவுகளிலும் சைக்கிளுடனே வருவார்கள்.

மாநகரத்தில் சைக்கிள் ஓட்டுவதற்கும், கிராமத்தில் சைக்கிள் ஓட்டுவதற்கும் பெரிதாக வித்தியாசம் இல்லை. மாநகரத்து சாலைகளில் ஓட்டும்போது நூல் பிடித்த மாதிரி ஒரே நேர் கோட்டில் ஓட்ட வேண்டும். கொஞ்சம் நகரலாம் என்று நினைக்கும் போது நம்மை உரசிக்கொண்டு ஒரு கனரக வாகனம் செல்லும். இப்படிச் சென்னையின் சாலைகளில் நூலிழையில் நானும் எனது சைக்கிளும் மரணத்திலிருந்து தப்பித்திருக்கிறோம்.

முதன்முதலில் நான் சென்னையில் சைக்கிள் ஓட்டிய சம்பவம் நினைவுக்கு வருகிறது. சிக்னல் விளக்குகளின் வழிகாட்டுதலில் மிரண்டு அண்ணாசாலைக்கு வந்து விட்டேன். சாலையைக் கடக்கவேண்டும். இரு பக்கமும் வாகனங்கள் விரைந்துகொண்டு இருக்கின்றன.

அண்ணா சாலையின் நான்குவழிப் பாதைகளின் விதி அறியாத காலம் அது. கைகள் உதற சாலையை வேடிக்கை பார்த்துக் கொண்டிருக்கிறேன். நடைபாதை ஓரமாக சைக்கிளைத் தள்ளிக்கொண்டு சற்றுத் தூரத்தில் தெரிந்த சுரங்கப் பாதையில் சைக்கிளை தூக்கிக்கொண்டு இறங்கத் தொடங்கினேன். மூச்சு வாங்கிக்கொண்டு சாலையின் மறுபக்கம் அடையும் வரையில் சுரங்கப் பாதையில் இருந்த அனைவரும் என்னை ஆச்சரியமும், கிண்டலும் கலந்த பார்வையில் பார்த்துக்கொண்டிருந்தனர்.

சேற்று வயல் வரப்புகளிலும், ஏரிக் கரையின் செம்மண் மேட்டிலும் உருண்டு வந்த என் சைக்கிளின் சக்கரங்கள், மாநகரத்து சரளைக்கற்கள் குத்தி பஞ்சர் ஆகிக்கொண்டிருந்தது.

உயரங்களுடன் சூதாட்டம்

வேர்கள் என்பது
பூமியைத் தொட நினைக்கும்
மரத்தின் கிளைகள்.
கிளைகள் என்பது
வானத்தைத் தொட முயலும்
மரத்தின் வேர்கள்.

– தாகூர்
('வழி தப்பிய பறவைகள்' தொகுப்பிலிருந்து)

உயரங்கள் மீதான என்னுடைய காதலை சிறுவயதில் கிராமத்திலிருக்கும் மரங்களே நிறைவேற்றி வைத்தன. நட்டு வைத்த குடைகள்போல ஒவ்வொரு மரமும் கிளைக்கரம் நீட்டி என்னை உயரங்களுக்கு அழைத்துச் சென்ற காலம் அது.

தலையெல்லாம் பூக்களாக காற்றின் பாடலை மொழிபெயர்த்துக்கொண்டிருக்கும் மரங்களின் உச்சாணிக் கிளையில் பறவைகளின் கூட்டுக்கு அருகில் அமர்ந்தபடி, அடி வயிற்றில் பயப்பந்து உருள, இந்த பூமியை ஒரு புல்லெனப் பார்க்கும் பால்யத்தின் இனம் புரியாத பரவசம் இப்போதும் என் உதிரத்தில் இருந்துகொண்டு அலைக்கழிக்கிறது.

எத்தனை எத்தனை மரங்கள்? ஒவ்வொரு மரத்திலும் ஒவ்வொரு ரகசியம் காத்திருந்தது.

தென்னைமரம், உடம்பெல்லாம் வளையல்களோடு இளநீர் திருட அனுமதிக்கும். பனைமரம், மார்புகளில் சிராய்ப்புகளைப் பரிசாகக் கொடுத்து நுங்குகளுடனும், சிறு சிறு தேள்களின் கடியுடனும், காத்திருக்கும். சடைசடையாய் பழங்கள் பழுத்த புளியமரங்கள், மஞ்சளும் சிவப்பும் கலந்த பூக்களுடனும், தூக்கில் தொங்கி இறந்தவர்களின் ஆவிகளுடனும் கிளை ஆட்டும். இலைகளிலும் வாசனை ஊற்றிக் கொண்டு மாமரங்கள் கோடைகளில் அழைக்கும். மண்ணில் உதிர்ந்து கிடக்கும் நட்சத்திரங்களைப்போல் பூக்களை சிதற விட்டு வேப்பமரம் நறுங்காற்று வீசும். மேலே இருந்து கீழே விழுந்தவர்களைப் பற்றிய பயங்களைப் பூசிக்கொண்டு நாவல் மரம் வசீகரிக்கும். கிளையெல்லாம் பச்சைக் கிளிகள் படர்ந்திருப்பதுபோல் பச்சை நிற இலைகளுடனும் சிவப்பு நிறப் பழங்களுடனும் ஆலமரம் குருவிகளின் குரலில் ஆலாபனை செய்யும்.

கிராமத்தில் மண்ணின் மீது நான் இருந்ததைவிட மரங்களின் மீது இருந்த நேரமே அதிகம். என்னைத் தேடிக்கொண்டு வீட்டில் இருந்து வருபவர்கள் தோட்டங் களுக்கும் தோப்புகளுக்குமே வருவார்கள். இலைகளுக்கு நடுவில் ஒளிந்துகொண்டு ஆந்தைகள் மாதிரி குரல் கொடுத்து அவர்களை அலற வைப்பது அப்போதைய விளையாட்டுகளில் ஒன்று.

எல்லா மரத்திலும் ஒரு சவால் காத்துக்கிடந்த நாட்கள் அது. ஏற முடியாத வழுக்கல்களுடனும், முட்களுடனும் சில மரங்கள் காத்திருக்கும். அவற்றிலும் லாகவமாய் ஏறுவோம். பார்ப்பதற்கு வலுவாகத் தெரியும் சில கிளைகள் கால் வைத்ததும் உடைந்துவிடும். கீழே விழுந்து கால் எலும்பு முறிந்து சில நாட்கள் படுக்கையில் கிடப்பேன். மீண்டும் மரங்கள் தங்கள் உயரங்களைக் காட்டி சூதாட அழைக்கும். உயரங்களுடன் சூதாடுவது உன்னதமான விஷயம் அல்லவா?

காலையில் இரண்டு மூன்று புத்தகங்களுடன் மரம் ஏறி உச்சியை அடைந்து முதுகு சாய்ந்து கொள்ளவும்,

கால் நீட்டிக் கொள்ளவும் வசதியாக ஒரு முதிர்ந்த கிளையைத் தேர்ந்தெடுத்து அமர்ந்துவிட்டால் போதும். மதியப் பசிதான் கீழே அழைக்கும்.

மரங்கள் பரிச்சயப்படுத்திய பறவைகளின் உலகம் அலாதியானது. ஒருநாள் எங்கிருந்தோ வந்த பறவை ஒன்று மரத்தில் அமர்ந்திருந்த என்னிடம் கேட்டது:

"இந்த உயரம் போதுமா? இன்னும் மேலே பறக்கலாமா?"

"என்னால முடியாது!" என்றேன்.

"நான் சொல்லித் தரேன்... வா."

"வேணாம். பயமாயிருக்கு!"

"மேலே மேலே போனா மேகத்தைப் பிழிஞ்சு தண்ணி குடிக்கலாம்."

"ரெக்கை முளைக்கட்டும் வரேன்!"

அதற்குப் பிறகு பறக்கும் ஒவ்வொரு பறவையும் விமானமாகத் தெரிந்தது அல்லது ஒவ்வொரு விமானமும் பறவையாகத் தெரிந்தது. விமானங்களால் வசீகரிக்கப் படாத குழந்தைகள் உண்டா? இன்றைக்கும் திருவிழாக் கடைகளில் விமானங்களின் பொம்மைகளைக் கைகாட்டி வாங்கித் தரச் சொல்லி அடம்பிடிக்கும் குழந்தைகளைப் பார்க்க நேர்கிறது. பறத்தலுக்கான பொருளாதாரச் சாவியை பெற்றோர் வைத்திருக்க சாவி கொடுக்கப்படாத சக்கரங்களுடன் குழந்தைகளைப் பார்த்து கண் சிமிட்டு கின்றன பொம்மை விமானங்கள்.

சிறு வயதில், அடம் பிடித்து நான் வாங்கிய பொம்மை விமானங்களும் ஹெலிகாப்டர்களும், ரெக்கை இழந்து சக்கரம் உடைந்து பரணில் உறங்குகின்றன. அவற்றின் ஞாபக அடுக்குகளில் செம்மண் தரைகளின் ஓடுதளங்களும் என் பிஞ்சு விரல்களும் வந்து போகக் கூடும்.

தும்பைப்பூ பூத்துக் கிடக்கும் மானாவாரிக் காடுகளில் தும்பிகள் கூட்டம் கூட்டமாய்ப் பறக்கும். ஒரு குட்டி ஹெலிகாப்டரைப்போல் ஹெல்மெட் கண்களுடன் இருக்கும் அவற்றின் உருவத்தால் ஈர்க்கப்பட்டு துரத்திக்

நா.முத்துக்குமார்

கொண்டே ஓடுவோம். நூலில் அவற்றைக் கட்டி விமான மாக்குவோம். ஆயினும் இந்த ஹெலிகாப்டர்களுக்கு உயரங்கள் சாத்தியமில்லை.

மரங்களுக்குப் பின் அதிக உயரத்தை எனக்குக் கற்றுக் கொடுத்தது எங்கள் ஊர் கோயில் கோபுரம். கோயிலுக்குள் இருக்கும் மைதானமே எங்களின் விளையாட்டுத் திடல். ஒருமுறை கோயிலை புனரமைக்கும் பணி தொடங்கியது. கோபுரத்தை செப்பனிடும் வேலையில் எங்களுக்குத் தெரிந்தவர் இருந்தார். அவரது உதவியுடன் சாரங்களைப் பிடித்து கோபுரத்தின் மேலே ஏறிப் பார்த்தேன்.

புறாக்களின் கிறீச்சிடலுடனும்; ராட்சச தேன்கூடுகளின் ரீங்காரங்களுடனும்; ஒவ்வொரு சாளரமாகக் கடக்கக் கடக்க பூமி காலுக்கு கீழே புள்ளியாகிக்கொண்டே வந்தது. உயரத்தில் இருந்து பார்க்கையில் தலை சுற்றியது. பத்து பதினைந்து மரங்களின் உயரம்.

எங்கள் ஊரின் மேலும் சிலசமயம் ஹெலிகாப்டர்கள் தாழப் பறப்பது உண்டு. எங்கள் வீட்டுக்கருகிலேயே காஞ்சிபுரம் பச்சையப்பன் கல்லூரி இருந்தது. காஞ்சிபுரம் வரும் அரசியல் தலைவர்களின் ஹெலிகாப்டர்கள் கல்லூரி மைதானத்தில்தான் இறங்கும். எங்கள் தலைக்கு மேலாக தாழப் பறந்து மைதானத்தில் இறங்கப் போகும் ஹெலிகாப்டர்களை துரத்திக்கொண்டே ஓடுவோம். நேரு, இந்திராகாந்தி, ராஜீவ்காந்தி என வெவ்வேறு கால கட்டங்களில் வெவ்வேறு தலைவர்கள் எங்கள் ஊர் சிறுவர்களின் துரத்தல்களுடன்தான் ஹெலிகாப்டரில் வந்து இறங்குவார்கள். வரலாற்றின் பக்கங்களில் சிறுவர்களுக்கு இடமில்லையென்பதால் வெளி உலகத்துக்கு எங்களைத் தெரியாமல் போய்விட்டது.

கோடை விடுமுறைக்கு அப்பாவுடன் சென்னைக்கு வருவேன். பயணக் களைப்பில் தூங்கிவிடுவேன். மீனம்பாக்கத்தைக் கடக்கும் அபூர்வ விநாடிகளில் அப்பா எழுப்பி விமானங்களின் ஆச்சரியங்களை அறிமுகப் படுத்துவார். எங்கள் பேருந்து மீனம்பாக்கத்தை கடக்கும் ஒவ்வொரு முறையும் ஏதேனும் ஒரு விமானம் மேலே கிளம்பும் அல்லது கீழே இறங்கும்.

கிராமம் நகரம் மாநகரம்

மாநகரவாசியாகி நீண்ட வருடங்களுக்குப் பிறகும் ஆகாயத்தில் பறக்கும் விமானங்களின் சத்தம் கேட்டால் இன்றைக்கும் அதே வியப்புடன் அண்ணாந்து பார்க்கிறேன். சென்னையின் உயர்ந்த கட்டடங்கள் அனைத்திலும் ஏறிப் பார்த்தாகிவிட்டது. கோபுரத்தில் ஏறிப் பார்த்த அதே வசீகரம் வேறு வடிவத்தில் இடம்பெயர்ந்து விட்டது.

* * *

சென்ற வாரம் முதன்முறையாக விமானத்தில் பயணம் செய்தேன். மும்பையில் ஒரு பாடல் பதிவு. 'காதல் கொண்டேன்' இயக்குநர் செல்வராகவன், இசைய மைப்பாளர் யுவன் ஷங்கர் ராஜா, நான் மூவரும் கிளம்பினோம்.

வழக்கமாக உறவினர்களையும் நண்பர் களையும் வழியனுப்பும் ஏர்போர்ட் வேறு கோணத்தில் தெரிகிறது. அனுமதிக்கப்பட்ட தூரத்தில் நின்ற கால்கள் இப்போது உள்ளே செல்கின்றன. எனக்கு இது முதல் பயணம் என்று அறிந்தவுடன் செல்வராகவனும், யுவனும் உற்சாகமடைகிறார்கள். அவர்களின் முதல் விமான அனுபவத்தை நகைச்சுவையோடு விவரிக்கிறார்கள். பால்ய காலத்தின் பரவசம் என் ரத்தத்தில் பரவத் தொடங்குகிறது.

விமானத்தில் அமர்ந்து என்னையே ஒரு முறை கிள்ளிப் பார்த்துக்கொள்கிறேன். சென்னை முழுக்க தென்னை மரங்களாக மாற்றிக் காண்பித்து விமானம் உயரமடைகிறது. 'சரஸ்வதி சபதம்' படத்தில் நாரதர் வருவதைப்போல சுற்றிலும் மேகக் கூட்டங்கள் மிதக்கின்றன. வானம் வேறு மேகம் வேறு என்பது புலனாகிறது.

பச்சையும் செம்மண் சிவப்பும் கட்டம் கட்டமாக கொட்டி வைத்து வரைந்த நவீன ஓவியம்போல பூமி புள்ளியாகத் தெரிகிறது. நூறு இருநூறு மரங்களின் உயரமிருக்கும்.

என்னை என் பரவசத்தில் மூழ்க விட்டு விட்டு செல்வராகவன் கேட்கிறார்;

நா.முத்துக்குமார்

"இந்த சந்தோஷ மனநிலையில ஏதாவது எழுதலாமா?" உற்சாகத்துடன் "சரி" என்கிறேன்.

செல்வராகவன் கதையையும் சூழலையும் விளக்குகிறார். ஒவ்வொரு ஃபிரேமிலும் கவிதைத்தனத்துடன் கதை வசீகரிக்கிறது. "நீங்க ஏதாவது எழுதுங்க, அதுக்கு யுவன் ட்யூன் போடட்டும்" என்கிறார்.

ஜன்னலுக்கு வெளியே மிதக்கும் மேகங்களிடமிருந்து நீர்மையைக் கடன் வாங்கி எழுதுகிறேன்:

''நனையாத காலுக்கெல்லாம் கடலோடு உறவில்லை
நீ வேறு நான் வேறு என்றால் நட்பு என்று பெயரில்லை
பறக்காத பறவைக்கெல்லாம் பறவையாகும் வரமில்லை
திறக்காத மனதில் எல்லாம் களவு போக வழியில்லை''

படித்துக் காட்டியதும் செல்வராகவன், "பிரமாதமாக இருக்கு" என்று என் தோளைப் பிடித்து அழுத்துகிறார். யுவனின் லாப்டாப்பில் இருந்து இசை உருவாகிறது. சூழலின் ரம்யத்தை வனைந்து இசையாக மொழி பெயர்க்கிறார் யுவன்.

நான் கண்ணை மூடிப் புன்னகைக்கிறேன். என் புன்னகையைப் பார்த்து விட்டு யுவன் கேட்கிறார். "எதுக்கு சிரிக்கிறீங்க?"

நான் விமானத்தின் ஜன்னல் பக்கம் கைகாட்டி, "அதோ தூரத்துல புள்ளியா தெரியற கிராமத்துல ஒரு பையன் மரத்திலிருந்து கீழே விழுந்துட்டான்... இங்கேயிருந்து பார்த்தா தெளிவாத் தெரியுது உடம்பெல்லாம் வலிக்குது" என்கிறேன்.

யுவன் சிரித்தபடி "அந்தப் பையன் பேரு முத்துக் குமாரா?" என்கிறார்.

செல்வராகவன் எங்கள் உரையாடலுக்குள் கலந்து, "முத்துக்குமார், ஒருவேளை அது நீங்களா இருந்தா... மரத்திலே இருந்து கீழே விழுந்ததாலதான் இன்னிக்கு விமானத்தில் போயிட்டிருக்கீங்க" என்கிறார்.

ஒரு மேக மூட்டைக்குள் விமானம் நுழைய பார்வைப் புலன் மறைகிறது.

சக்கரம் கட்டிய வண்ணத்துப்பூச்சி

குழந்தைகள் கை ஆட்டாத
கூட்ஸ் ரயிலில்
கொடியசைத்துப் போகிறான்
கடைசிப்பெட்டியில் கார்டு.

– 'பட்டாம்பூச்சி விற்பவன்'
கவிதைத் தொகுப்பில் எனது கவிதை.

இன்றைக்கும் ஏதோ ஒரு ஊரில் ஓடிக் கொண்டிருக்கும் ரயிலுக்கு எங்கோ சில சிறுவர்கள் கையாட்டி வழியனுப்பிக்கொண்டிருப்பார்கள். ரயில் எஞ்சின் டிரைவர்களின் டைரிக்குறிப்பு முழுக்க குழந்தைகளின் கையாட்டல்களே நிறைந்திருக்கும்.

பால்யத்தின் கரையில் நின்றபடி நாம் கையாட்டிய ரயில் பெட்டிகள் இன்னமும் நமக்குள் குலுங்கிக்கொண்டிருக்கின்றன. அதனால்தான் எந்த வயதில் பார்த்தாலும் ரயில் பெட்டிகள் ஆச்சர்யங்களுடன் காத்திருக்கின்றன.

ரயில்வண்டி கரும்புகையுடன் கிராமங்களின் வயல்வெளிகளுக்கு நடுவே வருவதைப் பார்த்து ராட்சச மிருகம் வருகிறது என்று மிரண்டு ஓடி ஒளிந்த முன்னோர்களின் சங்கிலித் தொடர் நாம்.

ரயில், ஒரு யானைக் கூட்டமாக இருக்கிறது; நெளியும் பாம்பாக இருக்கிறது; கனைக்கும் குதிரையாக இருக்கிறது; இப்போது தான் பிறந்து மெல்லச் சிணுங்கும் குழந்தையாக இருக்கிறது. அழகான பெண்கள் ஒவ்வொரு கோணத்திலும் ஒவ்வொரு மாதிரி இருப்பதுபோல ரயிலும் ஒவ்வொரு பார்வைக்கும் ஒவ்வொரு வடிவம் கொள்கிறது. சிவபெருமானுக்கு அடுத்ததாக நெற்றிக்கண்ணுடன் அலைவது ரயில்வண்டி மட்டுமே. ரயில்வண்டி, நகர்ந்து செல்லும் ஆயிரம் ஜன்னல் வீடு,

ஒரு தாயைப்போல் ரயில் நம்மை மடியில் அமர வைத்துத் தாலாட்டுகிறது. எதிரொலிபோல் நாம் மனதுக்குள் எந்தப் பெயரை நினைக்கிறோமோ அதே பெயரைத் தன் நெடிய நாக்கால் உச்சரித்து ரயில் நம் தோழனாகிறது.

பால்யத்தில் நான் ஒரு கூட்ஸ் ரயிலின் கார்டாக வேலைக்குச் சேர ஆசைப்பட்டேன். பள்ளிக்கூடத்தில் "எல்லாரும் எதிர்காலத்தில் என்னவாகப் போறீங்க?" என்ற டீச்சரின் கேள்விக்கு டாக்டர், இன்ஜினீயர், வக்கீல் என பலவிதமான பதில்கள் வர என் முறை வந்தபோது நான் "கூட்ஸ் ரயில் கார்டாக போகிறேன்' என்றேன். "அப்புறம் கல்லு தான் பொறுக்கணும்" என்று பதில் வந்தது. யாருமே கொடி யசைத்தபடி போகலாம் என்று சொல்லவேயில்லை. அதற்குப் பிறகுதான் ரயிலின் மீதான காதல் அதிகமானது.

எனக்கே எனக்கென்று ஒரு ரயில் வண்டி. எந்தப் பயணி களையும் ஏற்றமாட்டேன். அதனால்தான் கூட்ஸ் ரயில் என் தேர்வாக இருந்தது. ரயில் பெட்டிகள் முழுக்க எனக்கே சொந்தம். நான் கொடி ஆட்டும்போது டிரைவர் போகலாம். கடைசிப் பெட்டியில் நின்றபடி இந்த பிரபஞ்சத்தை மந்தகாசமான புன்னகையுடன் கடந்துகொண்டிருப்பேன். வழிகள் தோறும் தோன்றும் சிறுவர்களின் மகிழ்ச்சி ததும்பும் கண்களை சேமித்து வைத்துக்கொள்வேன். சிக்னலுக்குக் காத்திருக்கும் நேரங்களில் ரயிலை விட்டிறங்கி தண்டவாளப் பூக்களில் வந்தமரும் மஞ்சள் நிற வண்ணத்துப்பூச்சிகளைப் பிடிக்கச் சென்றுவிடுவேன். பௌர்ணமி இரவுகளில் என்னுடன் நிலாவும் ஓடிவர தனித்த நிமிடங்களை கதை பேசியபடி கழிப்போம்.

அப்போதெல்லாம் கடைக்கு, விளையாட என்று எங்கு சென்றாலும் ரயில் வண்டி மாதிரி வளைந்து நெளிந்து

சத்தமிட்டுக்கொண்டேதான் செல்வேன். எனக்கு முன்னால் ஏழெட்டு சிறுவர்கள் பெட்டிகளாக ஓடிக்கொண்டிருக்க, நான் கடைசிப் பெட்டியில் நின்றபடி கலர் பேப்பரில், அல்லது காய வைத்த இடத்திலிருந்து திருடிய ரிப்பனில் கொடியசைப்பேன்.

பள்ளிக்கூடத்தில் மணியடிக்கும் வாட்ச்மேனிடம் தாஜா செய்து, காலை மணியை மட்டும் நான்தான் அடிப்பேன். காலைச் சூரியனின் மஞ்சள் வெளிச்சம் பள்ளிக்கூடத்து அசோக மரங்களைத் தாண்டி மணியின் மீது விழும். எங்கள் பள்ளியில் ஒரு தண்டவாளத் துண்டே மணியாக இருந்தது. இரும்புச் சங்கிலியால் கட்டித் தொங்கவிடப்பட்டிருந்த தண்டவாளத் துண்டில் சுத்தியலால் தட்ட மணியோசை எழும். சூரிய ஒளி பட்டு தண்டவாளம் தங்கமாக மின்னும். நான் மானசீக கார்டாக மாறி மணியடித்து கொடியசைப்பேன். காலத்தின் காற்று திசைமாறி அடிக்க இப்போது தண்டவாளத்து ஓரங்களில் பட்டாம் பூச்சி பிடிப்பதை விட்டு விட்டு பாடலுக்கான வார்த்தைகளைப் பிடித்துக்கொண்டிருக்கிறேன்.

எங்கள் கிராமத்திலிருந்து கொஞ்சம் தள்ளி நத்தப்பேட்டை என்கிற கிராமத்தில் ரயில்நிலையம் இருந்தது. சுற்றிலும் வயல்வெளிகளில் கொக்குகள் பூத்திருக்க தூரத்தில் சத்தமிட்டு அவற்றைத் துரத்தியபடி கரிப்புகை கக்கிக்கொண்டு பாஸசர் ரயில் வரும். காலையில் ஒன்று மாலையில் ஒன்று என்று இரண்டே ரயில்கள்தான். சிலசமயம் பகலில் ஒன்றிரண்டு கூட்ஸ் ரயில்கள் போகும்.

வயல் வெளிகளை ஒட்டிய நெருஞ்சி முள் காடுகளில் நாங்கள் கிரிக்கெட் விளையாடுவோம். ரயில் வரும் திசையில் அடிக்கப்படும் பந்தை பொறுக்க நான்தான் ஓடுவேன். விளையாட்டு முடிந்து தண்டவாளத்தில் அமர்ந்து ஓய்வெடுப்போம். இளஞ்சூடு உடலில் பரவ தண்டவாளம் சக்கரங்களின் பாரத்தைச் சொல்லி புலம்பிக்கொண்டிருக்கும்.

சிலநாட்களில் சேவலுக்கு முன்பாகவே கருக்கலில் எழுந்து முதல் ரயில் வருவதற்கு முன்பாக தண்டவாளத்தில் தவமிருப்போம். அறுகோண வடிவத்திலிருக்கும் மூன்றுபைசா நாணயத்தை தண்டவாளத்தின் மீது வைத்துவிட்டு ரயில் வருவதற்காகக் காத்திருப்போம். சக்கரம் உரசிய மந்திர நொடியில் எங்கள் காசு

தங்கமாகிவிடும் அல்லது சக்கரத்துக்குள் சிக்கி ரயில் கவிழ்ந்து விடும் அல்லது கோண வடிவம் தட்டையாக மாறி டாலர் செய்யப் பயன்படும் என்ற எங்கள் எதிர்பார்ப்பின் பலவித சாத்தியங்களையும் பொய்யாக்கி ரயில் கடந்து போன பின் மூன்றுபைசா காணாமல் போயிருக்கும். ஒரு காசு தவிட்டு பிஸ்கட்டில் மூன்று பிஸ்கட்டுகளை இழந்த சோகத்தில் ரயில் நிலைய சிமென்ட் பெஞ்சில் படுத்து உறங்கிவிடுவோம்.

எல்லா ரயில் நிலையங்களுக்கும் ஒரே விதமான தோற்றம் தருவது சிமென்ட் பெஞ்சுகளே. எலும்பைப்போல் காரை பெயர்ந்து கம்பிகள் வெளித்தெரிய சிமென்ட் பெஞ்சுகள் ரயில்நிலையங்களின் சூழலை ரம்யமாக்குகின்றன.

பூவரசமரங்களிலிருந்து உதிரும் பூக்களுக்கு இடம் கொடுத்த படி கொய்யாப்பழ வியாபாரிகளின் கூடை வாசனைக்காகவும், எப்போதாவது வந்தமரும் பயணிகளின் புளியோதரை பொட்டல வாசனைக்காகவும் காக்கைகளுடன் காத்திருக்கின்றன சிமென்ட் பெஞ்சுகள். மாலை நேரத்தில் சிமெண்ட் பெஞ்சில் அமர்ந்தபடி அரட்டையடிக்க ஸ்டேஷன் மாஸ்டர் அனுமதியோடு வயதானவர்கள் சிலரும் வருவதுண்டு.

இது தவிர ஆடு மாடு மேய்க்கும் சிறுவர் சிறுமிகள் நிலைய ஊழியர்களின் அதட்டலுக்கு ஒளிந்து தாயம் ஆடவும், கல்லாங்காய் ஆடவும் சிமென்ட் பெஞ்சு சௌகரியம் செய்து கொடுத்திருந்தது. ரயில் நிலைய பிச்சைக்காரர்கள்; வழிப்போக்கர்கள்; சந்நியாசிகள்; பவுடரில் குளித்த வேசிகள்; இருட்டை எதிர்நோக்கும் பெருந்திணைக் காதலர்கள் என சிமென்ட் பெஞ்சுகளின் உலகம் நேரத்துக்கேற்ற மாதிரி வடிவம் மாறிக்கொண்டிருக்கும். சிமென்ட் பெஞ்சுகளின் பார்வையில் ரயில் என்பது வெவ்வேறு ஆட்களின் ஒற்றைக் குரல்.

பின்னோக்கி ஓடும் காட்சிப் படிமங்கள் வழியாக ரயிலின் ஜன்னல்கள் நம்மைக் கடந்த காலத்துக்கு அழைத்துச் செல்கின்றன. ரயிலின் ஜன்னல் கம்பிகளின் உறைந்து போயிருக்கும் கண்ணீர் துளிகளில் பிரிவின் வலி. முட்டைக்குள்ளிருந்து கண் விழித்து வெளிவரும் குஞ்சுகள் ஈரப் பிசுபிசுப்போடு வருவதைப்போல அதிகாலையில் விழித்து அடுத்த நிலையத்தில் இறங்குபவரை தன் கருவறையின் இரும்பு வாசனையோடு வழியனுப்புகிறது ரயில். தண்டவாளக் கட்டைகளின் இடைவெளிகளில்

வழியனுப்புதலின் வெற்றிடம். கரி படிந்த இருக்கைகளிலிருந்து எழ மறுக்கிறது ரயில் சிநேகங்களின் தற்காலிக தோழமை. கிராமத்தில் ரயில் பெட்டிகள் ஒரு விருந்தாளி வந்து போவதைப் போல கௌரவமாக வந்து போகின்றன.

மாநகரத்தில் ரயில் வண்டிகள் சதா காலமும் பரபரப்புடன் ஓடிக்கொண்டிருக்கின்றன. ராட்சச உலோகப் பாம்பொன்றை மின் கழுகு இழுத்து வருவதைப்போல மின்சார ரயில்கள் மாநகரத்தை வலம் வருகின்றன.

அலுவலக நேரங்களில் படிக்கட்டில் வியர்வை வழிய தொங்கிக் கொண்டிருக்கும் பயணிகளுடன் கர்ப்பிணிப் பெண்ணின் வலியைப்போல அலறிக்கொண்டு மின்சார ரயில் கிளம்புகிறது. மரங்கள் இல்லாத ரயில் நிலையத்தைப் பார்க்கையில் மனதில் ஏதோ ஒரு வெறுமை குடிகொண்டு விடுகிறது. மின்சாரக் கம்பங்கள் அருகில் வராதே என்று எச்சரிக்கின்றன. தினம் ஒரு மரணம் மாநகரத்துத் தண்டவாளங்களில் வெள்ளைத்துணி போர்த்திப் படுத்திருக்கிறது.

ஆயினும் மாநகரத்து ரயில்வண்டிகளை உயிர்ப்பித்துக் கொண்டிருப்பது ஹார்மோனியத்துடன் பாடிக்கொண்டு வரும் பார்வையற்ற சகோதரர்களே. மெல்ல இருள் கசியும் அந்திப் பொழுதில் "கடவுள் மனிதனாகப் பிறக்க வேண்டும்..." என்றோ "பிறக்கும் போதும் அழுகின்றான்..." என்றோ சுருதி சேராத குரலில் ஹார்மோனியக் கட்டைகள் ரீங்கரிக்க ஒவ்வொரு பெட்டியாக ஏறி இறங்கும் பார்வையற்றவர்களும் அவர்கள் தட்டில் விழும் சில்லறைகளுமே மாநகரத்தில் இன்னமும் ஈரமிருக்கிறது என்பதற்கு சாட்சியாக இருக்கின்றன.

பல திசைகளிலிருந்து பிரிந்து வந்து மாநகரத்தில் தண்டவாளங்கள் ஒன்று சேருகின்றன. அதன் மெல்லிய உடம்பின் மேல் தங்கமாகும் எதிர்பார்ப்புடன் எந்தச் சில்லறைகளும் இல்லை. முகம் நசுங்கிய பிளாஸ்டிக் குவளைகளே மட்கிப் போகாமல் புன்னகைக்கின்றன.

லெவல் கிராஸிங்கில், புத்தக மூட்டையுடன் கேட்டுக்குப் பின்னால் குழந்தைகள். ஆட்டோவில் அடுக்கப்பட்டிருக்க, குழந்தைகள் கையாட்டாத கூட்ஸ் ரயிலிலிருந்து கொடியசைத்துப் போகிறான் கடைசிப் பெட்டியில் கார்டு.

நா.முத்துக்குமார்

மறைக்கு ஒதுங்கும் மாடார்

வாழ்க்கை என்பது ஒரு மலையேற்றம். மலை ஏறஏற ஒவ்வொன்றும் சிறியதாகி, அற்பமாகி, பார்வையை விட்டு மறைந்தபடி உள்ளன. ஏறி ஏறி உச்சியில் கால் வைத்ததும் மலையே அற்பமாகி மறைந்துவிடுகிறது. ஏறும்போதெல்லாம் நான் நான் என்று நாம் உணர்ந்த சுயமும் அற்பமாகிவிடுகிறது. எல்லாவற்றையும் அற்பமாக்கிவிடும் வானம் மட்டுமே எஞ்சுகிறது!

– ஜெயமோகன் ('காடு' நாவலிலிருந்து)

ஒரு நாளின் இருபத்தி நான்கு மணி நேரத்தில், எனக்கே எனக்கென்று நான் சேமித்து வைத்துக்கொள்வது அதிகாலை நேரங்களை மட்டுமே. அதிகாலையில் எழுந்து ஆளற்ற தெருவில் கொஞ்சநேரம் நடப்பேன். இரவின் தடயங்கள் ஒரு கறுத்த இலையைப்போல தெருவெங்கும் உதிர்ந்து கிடக்கும்.

பேப்பர்காரர்களும், டீக்கடைக்காரர்களும் துயிலெழுந்து அந்த நாளுக்கான பரபரப்பை ஆரம்பித்துவைக்க, சேவல் இல்லாத மாநகரத்துத் தெருவெங்கும் விட்டு விட்டு பேட்டரி குரலால் அலாரம் அடிக்கும். மாநகரத்துப் பள்ளிகள் ஏழு, எட்டு மணிக்கே திறந்து விடுவதால் பிள்ளைகளை எழுப்பி அலுவலகம் கிளம்ப ஆயத்தமாகும் பெற்றோருக்கான அலாரம்.

ஒரு குழந்தை, மூடிய தன் பிஞ்சு விரல்களைத் திறப்பதைப்போல, கிழக்கே சூரியன் அவிழத் தொடங்கும். நான் மொட்டை மாடியில் உஷ்ணம் உறைக்கும் வரை எழுதத் தொடங்குவேன். எழுதி முடித்துத் திரும்பிப் பார்க்கையில் தேநீர்க் கோப்பை சூடு ஆறியிருக்கும்.

சில மாதங்களாக என் அதிகாலை நேரங்கள் திருடு போகின்றன. எலி வளையில் சேமித்த நெல் மணிகளைக் கடப்பாரைகள் அபகரிப்பதுபோல, திடீரென்று எனது அதிகாலையின் மேல் தாக்குதல்கள் நடக்கின்றன. நான் இழந்த நேரம் என்னைப் பார்த்து பரிதாபமாகச் சிரிக்கிறது. 'சினிமாக்காரர்களை அதிகாலையில் சென்றால்தான் பார்க்க முடியும் என்பது எழுதப்படாத விதி' என்று யாரோ ஒரு புண்ணியவான் சொல்லிப்போக, விடியலின் லயமான நிசப்தத்தில் என் வீட்டுக்கதவில் கைரேகைகள் பதிகின்றன.

முந்தின நாள், ஏதாவது ஒலிப்பதிவு முடிந்து பின்னிரவு மூன்று மணி வாக்கில்தான் படுத்திருப்பேன். ஐந்து மணிக்குக் கதவைத் தட்டி, "வணக்கம்! கவிஞர் இல்லம்தானே... நான் சேலத்திலிருந்து கவிஞர் மாம்பழதாசன்" என்று ஒரு குரல் நுழையும். செந்தமிழால் மிரண்டுபோய் மனைவி என்னை எழுப்புவாள்!

ஹாலுக்கு வந்துவிட்டால் வணக்கத்துக்குப் பிறகு ஆபத்து தொடங்கும்.

"நான் ஆயிரம் பல்லவி எழுதி வைத்திருக்கிறேன். கவிஞர் அதைப் படித்துப் பார்த்து கருத்துச் சொல்லணும்!"

"அப்படிங்களா" என்று பொதுவாகத் தலையாட்டுவேன்.

"ஒவ்வொன்றும் ஏவுகணை மாதிரி, ஏற்றிவிட்டால் சீறிப் பாயும்!"

என் 'அப்படிங்களா' தேய்ந்து "உம்" என்று சுருக்கமாக மாறும்.

"ஒன்று படிக்கிறேன், கேட்கிறீர்களா... சும்மா கேளுங்க, குயிலுன்னா கறுப்பு... செம்பருத்தி செவப்பு!"

இந்த மாதிரி பாடல்கள் 'எப்பவும் அவ நினைப்பு' என்று முடியும். வலிக்காமல் பக்குவமாகச் சொல்லி எப்படி இவரை அனுப்பி வைப்பது? அதற்குள் அவர் அடுத்த ஏவுகணையை வெளியில் எடுப்பார்.

நா.முத்துக்குமார்

“இதெல்லாம் என்னுடைய கவிதைத் தொகுப்புகள். மொத்தம் பதிமூணு வந்திருக்கு. எல்லாமே நூலகத்தில் இருக்கு!”

மெல்ல குரலைச் செதுக்கிக்கொண்டு, “நீங்க நிறைய படிக்கணும். கவிதை இப்போ நவீன கட்டத்துக்கு வந்திருச்சு. மொழியும் பாம்பு மாதிரிதான். சட்டை உரிச்சுக்கிட்டே இருந்தாதான் நிக்க முடியும். சங்க இலக்கியம் தொடங்கி சாருநிவேதிதா வரைக்கும் படிக்கணும்!” என்பேன்.

என்னுடைய ‘அப்படீங்களா’வை அவர் எடுத்துக்கொண்டு, “அப்படீங்களா” என்பார்.

“கவிதை மட்டுமல்லாம நாவல், சிறுகதை, கட்டுரைன்னு நிறைய படிக்கணும். இப்ப அ.முத்துலிங்கம்னு...” என்று ஆரம்பிப்பேன்.

“தெரியும்! நம்ம சண்முகா ஃபிலிம்ஸ் மேனேஜர்தானே” என்பார்.

உரையாடல் அந்தக் கணத்தில் முடிவுற்று, காபி கொடுத்து அவரை வழியனுப்புவேன். என் தூக்கத்தை ஜிப்பா பாக்கெட்டில் செருகி வைத்துக்கொண்டு துக்கத்துடன் வெளியேறுவார்.

சில வாரங்களுக்கு முன்பு, ஒரு அதிகாலையில் மீண்டும் என் வீட்டுக் கதவில் கைரேகை பதிந்தது. ஒரு பாடலின் பல்லவி தடைபட்டு நானே கதவைத் திறந்தேன். பதினேழு வயது மதிக்கத்தக்க பையன் ஒருவன் இருந்தான். கையில் ஒரு டிரங்குப் பெட்டி, கசங்கிய உடைகள்.

“வணக்கம்ணே... என் பேர் பாண்டித்துரை!”

“சொல்லுங்க... என்ன வேணும்?”

“மதுரைக்குப் பக்கத்திலேர்ந்து வர்றேன். நல்லா கவிதை எழுதுவேன். உங்ககிட்ட முன்னுரை வாங்கணும்!”

எனக்குக் கோபம் கோபமாக வந்தது. இருந்தாலும், இவன் வயதில் நான் இப்படி எழுத்தாளர்களைத் தேடி, ஊர் ஊராக அலைந்த காலங்கள் ஞாபகம் வர, கோபத்தை அடக்கிக்கொண்டு உள்ளே அழைத்துச் சென்றேன். அரைஞாண் கயிற்றிலிருந்து சாவி எடுத்து டிரங்குப் பெட்டியைத் திறந்து, பழுப்பேறிய மஞ்சள் நோட்டு ஒன்றை எடுத்துக் கையில் கொடுத்தான்.

“இதெல்லாம் என் கவிதைங்க. உங்க முன்னுரை வேணும்!”

“கவிதை எனக்குப் பிடிச்சாதான் முன்னுரை எழுதுவேன். வேற யார்கிட்டேயாவது வாங்கிக்கங்க தம்பி!” என்றேன்.

“இல்லண்ணே, உங்க பாட்டுன்னா எனக்கு ரொம்பப் பிடிக்கும். கவிதையைப் படிச்சுப் பாருங்க. பிடிக்கலைன்னா கொடுத்திடுங்க!”

குரல் கம்மி அழத் தொடங்கிவிடுவான் போலிருந்தது.

“சரி, அடுத்தவாரம் வாங்க!” என்று வழியனுப்பிவைத்தேன்.

மறுநாள் இரவு, அந்த நோட்டைப் பிரித்துப் படிக்கத் தொடங்கினேன். பெரும்பாலும் காதல் கவிதைகள்.

‘நீ தனியா வரலன்னா தண்டவாளத்தில் தலை வைப்பேன்’ ரகத்தைச் சேர்ந்தவை.

சட்டென்று ஒரு கவிதை என்னைச் சலனப்படுத்தியது. மழைக்கு ஒதுங்கும் மாடுகளைப் பற்றி எழுதியிருந்தான். கவிதை மிகப் பிரமாதமாய் வந்திருந்தது. மேற்குத் தொடர்ச்சி மலையும், மாடுகளின் கொம்புகளுமாக கவிதையில் ஒரு மண் கவுச்சி வாசம் அடித்தது. பிரமாதமாய் வரக்கூடிய கவிஞன் என்று மனதுக்குப் பட்டது. வெட்சித் திணையில் ஆரம்பித்து, மாட்டுக்கும் இலக்கியத்திற்குமான உறவுகளைக் கோடிட்டுக் காட்டி, தமிழ்க் கவிதையுலகில் அவன் பங்கை ‘காக்கைப் பாடினியார்’ போல, ‘மழைக்கு ஒதுங்கும் மாடார்’ எனக் குறித்து ஒரு முன்னுரை எழுதி முடித்தேன். குறைந்தபட்சம் ஒரு ஐம்பது பேரிடமாவது அந்தக் கவிதையைச் சிலாகித்துச் சொல்லிக்கொண்டிருந்தேன்.

அடுத்தவாரமும் அதிகாலையில் வந்தான். உள்ளே அமர வைத்து தேநீர் கொடுத்து மாட்டைப் பற்றிய கவிதையைச் சிலாகித்துச் சொன்னேன். தலைகுனிந்தபடி அமர்ந்திருந்தான்.

“வாழ்ந்து பார்த்தவனாலதான் இப்படி எழுத முடியும். காதல் கவிதையை விட்டுட்டு இந்த மாதிரி அனுபவங்களைப் பதிவு செய்யுங்க!” என்றேன்.

“எங்க வீட்ல நாலு மாடு இருக்குங்க. ஒசந்த ஜாதி மாடுங்க. மலையடிவாரத்துக்கு ஓட்டிட்டுப் போய் நான்தான் மேய்ப்பேன். அப்பா குடிப்பாருங்க. கள்ளச்சாராயம் குடிச்சிட்டு எங்கேயாவது கருவேலம் புதர்ல விழுந்து கிடப்பாரு. மாட்டை வச்சுத்தாங்க எங்க பொழப்பு. படிப்பு ஏறல, மேல படிக்கவைக்க

எங்க வீட்லயும் வசதி இல்ல. சின்ன வயசுலே இருந்தே ஏதாவது கிறுக்கிட்டிருப்பேன். அதான் உங்களை மாதிரி பாட்டெழுதி பொழைக்கலாம்னு தோணிச்சு. அதுக்கு மொதல்ல புஸ்தகம் போடணும்னு சொன்னாங்க. அதான் வந்தேன்...”

மாநகரத்து மூக்கணாங்கயிறு, இன்னமும் தன் மேல் பதியாத துள்ளலுடன் சொல்லிக்கொண்டிருந்தான்.

‘தீயைத் தீண்டாமல் உணர முடியாது’ என்று எண்ணி நான் மௌனமாக இருந்தேன். முன்னுரையை கண்கள் கலங்க படித்து முடித்து விடைபெற்றுப் போனான்.

சில நாட்கள் கழித்து மீண்டும் ஒரு அதிகாலை என் வீட்டுக் கதவு அதிர்ந்தது. திறந்தேன். மழைக்கு ஒதுங்கும் மாடார்! “வாங்க தம்பி!” என்றேன்.

“புஸ்தகம் வந்திருச்சிங்க. மொதல் புஸ்தகம் உங்களுக்குக் கொடுக்கலாம்னு...” வழவழ தாளில் அச்சிடப்பட்டிருந்தது. வண்ணத்துப்பூச்சியின் இறகைப்போல அட்டை வண்ணங்கள் இயல்பாக சங்கமித்திருந்தன. பைண்டிங் வாசனையுடன் மெழுகுவர்த்தியைத் தடவுவதைப்போல அட்டை.

“மருது வரைஞ்சதுங்க” என்றான்.

ஆச்சர்யத்துடன் நிமிர்ந்தேன்.

“கணையாழி, காலச்சுவடெல்லாம்கூட படிப்பேங்க. ஊர்ல ஒரு சிறு பத்திரிகை தொடங்கி மூணாவது இதழ்லயே நின்னுடுச்சி!”

அவன்மேல் கொஞ்சம் மரியாதை வந்தது. “நல்லா வந்திருக்கு, எந்த பதிப்பகம்?” என்றேன்.

“நானேதாங்க போட்டேன்.”

“அப்படியா? நிறைய செலவாயிருக்குமே?”

“ஆமாங்க...”

“எப்படி சமாளிச்சீங்க?”

“நாலு மாடு இருந்துச்சின்னு சொன்னேன்ல... அதுல ரெண்ட வித்துட்டேன்!”

“அடப்பாவி!” என்றபடி புத்தகத்தைக் கீழே போட்டேன். அதன் மெழுகு அட்டையில் இரண்டு மாடுகளின் கொம்புகள்

முளைத்திருந்தன. அவனை அடிப்பதைப்போல முறைத்தேன். அப்பாவியாகப் புன்னகைத்தான்.

"ஆத்தாதான் அழுதுக்கிட்டிருந்துச்சு. அதெல்லாம் பாத்தா முடியுங்களா? அடுத்த வாரம் ஊர்ல வெளியீட்டு விழா வச்சிருக்கேன். நீங்கதான் வெளியிடணும்!"

"இல்ல, என்னால முடியாது!" என்றேன் தீர்மானமாக. என் அனுமதி இல்லாமல் அச்சிடப்பட்டிருந்த அழைப்பிதழைக் காட்டினான். என் பெயர் கொட்டை எழுத்துகளில் இருந்தது.

"நீங்க வருவீங்கன்னு போட்டுட்டேன். தயவுசெஞ்சு வரணும். இல்லேன்னா அவமானமா போயிடும்!" – அவன் கெஞ்சுவதைப் பார்க்கப் பாவமாய் இருந்தது.

மேற்குத்தொடர்ச்சி மலை அடிவாரத்தில் அவன் கிராமம் ஒரு திருவிழாவைப்போல, ஸ்பீக்கர் கட்டி, சினிமாப் பாடல் போட்டு, ஒரு திறந்தவெளி மேடை. ஷாமியானா பந்தல். இரும்பு நாற்காலிகள்... மொய் எழுதுவதைப்போல உறவினர்கள் ஒவ்வொருவராக மேடைக்கு வந்து பொன்னாடை, கைக்கடிகாரம், மோதிரம் என்று அந்த ஊர்க் கவிஞனை அமர்க்களப்படுத்திக் கொண்டிருந்தார்கள். மேடையிலிருந்து பார்க்கையில் காலி இரும்பு நாற்காலிகளைச் சுற்றி பட்டுப்பாவாடையுடன் சில சிறுமிகள் விளையாடிக் கொண்டிருந்தார்கள். அனைவருக்கும் ஆடு வெட்டி விருந்து தயாராகிக்கொண்டு இருந்தது.

காரில் ரயில்வே ஸ்டேஷன் வரை அழைத்து வந்து என்னை வழியனுப்பினான். "உங்க பேச்சு ரொம்ப நல்லா இருந்துச்சு. பத்திரிகை நிருபருங்க நிறைய பேரு வந்தாங்க! சீக்கிரம் சினிமாவுல நானும் சாதிப்பேன்ங்க. ரொம்ப நன்றிங்க!" என்றான் கையைப் பிடித்துக்கொண்டு.

"கல்யாணம் நடத்துற மாதிரி விழாவை ஜாம்ஜாம்னு பண்ணிட்டீங்க. கடன் கிடன் வாங்கினீங்களா?" என்றேன்.

"இல்லீங்க... மீதி ரெண்டு மாட்டையும் வித்துட்டேன்!"

என்னைப்போல அதிர்ந்து, ரயில் கிளம்பி நான்கு மாடுகளின் கொம்புகளுடன் சென்னையை வந்தடைந்தது. அதற்குப் பிறகு நேற்று காலை வரை யார் யாரோ அதிகாலையில் கதவைத் தட்டுகிறார்கள். அவன் மட்டும் வரவேயில்லை!

சண்முகசுந்தரத்தின் சதுரக் காதல்

ஹார்டின் ஆறுக்கும், ஹார்டின் எட்டுக்கும் நடுவில், விசிறிவாழைபோல தரையில் கலைந்து பரவியிருந்த சீட்டிலிருந்து எடுத்த ஜோக்கரைச் சொருகி, 'டிக்' என்று கீழே வைத்தபோது கதவு தட்டப்படும் சத்தம் கேட்டது. எழுந்து சென்று கதவைத் திறந்தேன். "என்ன... கட்டு போட்டாச்சா? நீங்க உருப்படவேமாட்டீங்க!" என்றபடி சண்முகசுந்தரம் உள்ளே நுழைந்தான்.

நான், அப்போது சென்னை–பச்சையப்பன் கல்லூரியில் எம்.ஏ., தமிழ் இலக்கியம் முதலாமாண்டு படித்துக்கொண்டு இருந்தேன். ஆயாவீட்டில் தங்கி தினமும் கல்லூரி சென்று கொண்டிருந்தேன். மதியத்துக்குள்ளாக கல்லூரி முடிந்துவிடும். மீதிநேரம் கல்லூரி மாணவர் விடுதியில் நண்பர்கள் அறையில் அரட்டை யடித்துக்கொண்டிருப்போம்.

பச்சையப்பன் கல்லூரி விடுதி, மரங்கள் அடர்ந்து புராதனக் கட்டடங்களுடன் ஒரு புதிரைப் போல; நகர மறுக்கும் நிராசையைப் போல; வெடித்துச் சிரிக்கும் குறும்பைப் போல; கல்லில் எழுந்த சோகம்போல; இளரத்தத்தின் உஷ்ணம்போல; தாய்மடியின் கதகதப்பைப் போல... ஒவ்வொரு சமயமும் ஒவ்வொரு வடிவம் காட்டும்!

விடுதிக்குப் பக்கத்திலேயே நுங்கம்பாக்கம், சேத்துப்பட்டு ரயில்நிலையங்கள் இருக்கும். விடுதியின் ஜன்னல் வழியே பார்க்கையில் கட்டம் கட்டமாக ரயில் மனிதர்கள் கம்பியைப் பிடித்தபடி கடந்துபோவார்கள். விடுதியை ஒட்டி நூற்றாண்டுகள் கடந்த ஓர் ஆலமரம் கிளிகளுடன், நாங்கள் படிப்பதற்கும் பந்தாடுவதற்கும் நிழல் கொடுத்துக்கொண்டிருக்கும்.

சில வெறுமையான பொழுதுகளில் மஞ்சள் சுண்ணாம்பு அடித்த கட்டடத்தைப் பார்க்கையில் சட்டென்று மருத்துவமனையின் தோற்றம் ஞாபகம் வந்துவிடும். எல்லா கல்விநிலையங்களின் சுவர்களுக்குள்ளும் மஞ்சள்நிறம் ஒரு நோய்த்துகளைப்போல படிந்துவிடுவதாகத் தோன்றும். மாலையில் விடுதி முழுவதும் மொட்டை மாடியில் கும்பல் கும்பலாகத் திரண்டுவிடும்.

கூம்பு வடிவத் தூணில் சாய்ந்தபடி எதிர்காலம் பயமுறுத்த, தனித்த தண்டவாளங்களையும், சாம்பல் மேகங்களையும் உற்றுப் பார்த்துக்கொண்டிருப்போம் அல்லது கேரம் போர்டு பலகையின் கறுப்பு-வெள்ளைக்காய்களைத் துரத்திக் கொண்டிருப்போம். காலம், எங்கள் ஸ்டிரைக்கரைக் குழியில் தள்ளி மைனஸ் போட்டுவிட்டுப் புன்னகைக்கும்.

அப்போதைய முன்னணி நடிகைகளின் புகைப்படங்கள் தொடங்கி, விவேகானந்தர், அம்பேத்கர், பெரியார் புகைப்படங்கள்வரை ஒவ்வொரு அறையின் சுவரும் தன் முகத்தை, அங்கு தங்குபவர்களின் முகமாக மாற்றிக்கொண்டு ஸ்பீக்கர்கள் அலற சினிமா பாடல்களால் அதிர்ந்து கொண்டிருக்கும். அநேக அறைகளில் ஃபில்டர் கிங்ஸில் ஆரம்பித்து, மணியார்டர் வராத வாரங்களில் துண்டுபீடி வரை புகைத்து ஆஷ்ட்ரேயின் வயிறு எப்போதும் கர்ப்பிணிபோல் இருக்கும்.

அப்படியான ஒரு புகை மதியப்பொழுதில்தான் சண்முகசுந்தரம் அறைக் கதவைத் தட்டினான்.

சண்முகசுந்தரம், பி.ஏ., வரலாறு மூன்றாமாண்டு படிப்பு. கறுப்புக்கும் சிவப்புக்கும் இடைப்பட்ட நிறம். விடுதியிலேயே விதவிதமாக உடை உடுத்துபவன் அவன் மட்டுமே. வருடங்கள் முன் நகர்ந்து வந்துவிட்ட பிறகும், வலுக்கட்டாயமாக அவன்

பால்யத்தில் அறிமுகமாயிருந்த ஸ்டெப் கட்டிங் சிகை அலங்காரத்தை விடாமல், தேயிலைச்சரிவுத் தலையுடன் அதே பாணியில் வலம் வந்துகொண்டிருப்பான்.

அறிமுகமான அடுத்த நிமிடமே உங்களிடம் அன்றைய அவனது நிலவரப்படி, கடன் கேட்டுவிடுவான்; அல்லது உங்களுக்காக ஆயிரக்கணக்கில் செலவு செய்வான். அவனுக்காக உங்களுடைய ராஜ்யத்தில் பாதியை எழுதிக்கொடுக்குமளவுக்கு நீங்கள் அவனது பேச்சிலும், தொற்றிக்கொள்ளும் உற்சாகத்திலும் மாறிவிடுவீர்கள். சண்முகசுந்தரம் என்பதை விட 'காதல் சுந்தரம்' என்றால்தான் விடுதியில் அனைவருக்கும் தெரியும்.

இருபத்திநான்கு மணி நேரமும் காதல் அலைவரிசையில் நீந்திக்கொண்டிருப்பான். மாநகரத்தில் இருக்கும் அனைத்து பெண்கள் கல்லூரிகளை (சில முக்கியமான பெண்கள் பள்ளிகளும்) எத்தனை மணிக்குத் திறந்து, எத்தனை மணிக்கு மூடுவார்கள் எனத் தொடங்கி, காலியான நாற்காலிகள் உள்ள படம் ஓடும் திரையரங்குகள், கொசு கடிக்காத கார்ப்பரேஷன் பூங்காக்கள் எனத் தொடர்ந்து, பெண்களுக்கு ஐஸ்க்ரீம் அதிகம் பிடிக்குமா? சாக்லெட் அதிகம் பிடிக்குமா? என்பதுவரை விரல்நுனியில் தரும், ஒரு நடமாடும் பெண்கள் மனவியலாளனாக அவனை நாங்கள் அங்கீகரித்திருந்தோம்.

அவனது அறையின்மேல் தாஜ்மஹால் என்று யாரோ பெயின்ட்டில் எழுதிவிட்டுச் செல்ல, அவனுக்கும் பிடித்திருந்ததால் அப்படியே விட்டுவிட்டான்.

சண்முகசுந்தரத்தின் சொந்த ஊர் தர்மபுரிக்குப் பக்கத்தில் ஒரு கிராமம். அப்பா விவசாயி. மாதம் தவறாமல் மணியார்டர் வந்துவிடும். மணியார்டர் வராத மாதங்களில் மஞ்சள்பை நிறைய பச்சை வேர்க்கடலையுடனும், வேட்டிக்கு தம்பி மாதிரி இருக்கும் அழுக்கு வேட்டியுடனும் அவனது அப்பா விடுதிக்கு வந்து பணம் கொடுத்துவிட்டுப் போவார். அவர் வரும் சமயங்களில், சண்முகசுந்தரம் உற்சாகம் குன்றி, யாரோபோல நடந்துகொள்வான். விடுதியில் தங்கிப் படிக்கும் எல்லாருடைய தந்தைகளும், அவர்களுடைய பொருளாதார நிலையும் அவனுடையதைப் போலத்தான் இருந்தது என்பதை அவன் மனம் உணர மறுத்தது. ஓரிரு நாட்களில் மீண்டும் சகஜமாகிவிடுவான்.

சண்முகசுந்தரத்தைக் கண்டால் நான் மட்டும் உள்ளூர நடுங்குவேன். அதற்கு இரண்டு காரணங்கள் இருந்தன. ஒன்று, சண்முகசுந்தரம், பார்க்கிற பெண்களை எல்லாம் காதலித்துக்கொண்டிருந்தான். காதல் என்றால் அப்படி ஒரு காதல். ஏதாவது ஒரு பெண்ணைப் பார்த்துவிட்டால், அவள் வீட்டைக் கண்டுபிடித்து, அவள் தெருவிலேயே பழியாய்க் கிடந்து, பின்னால் அலைந்து அவளை வழியனுப்பிவைத்து, இரவெல்லாம் விடுதி நண்பர்களிடம் அவளைப் பற்றிப் புலம்பிக்கொண்டிருப்பான்.

நண்பர்கள், "உன்னைத்தாண்டா பார்க்குறா... உன்னைப் பார்த்து சிரிச்சாடா!" என்று எண்ணெய்க் குடத்தில் தீக்குச்சி உரசிப்போடுவார்கள். காலுக்கடியில் பள்ளம் தோண்டப்படுவது தெரியாமல் "ஆமாம்டா" என்று வெட்கப்படுவான். ஒரு வாரம்தான் அந்தக் காதல் இருக்கும். அடுத்த வாரம், வேறு ஒரு பெண்ணின் வரலாறை சொல்லத் தொடங்குவான். விடுதிக்குச் செல்லும் வழி முழுக்க அவனது ஒருதலைக்காதல்களின் சுவடுகள் கணக்கற்றுப் பதிந்து இறைந்து கிடந்தன.

நாங்கள் கூட்டமாக வெளியே செல்லும்போது ஏதாவது ஒரு அழகான பெண் எதிரே வந்துவிட்டால், எங்களுக்கு முன்பாகவே, "அது என் ஆளுடா... விட்டுடு!" என்பான். அவனுடன் இருக்கும்போதுமட்டும், "இந்தியா என் தாய்நாடு. இந்தியர்கள் யாவரும் என் சகோதர, சகோதரிகள்!" என்ற கொள்கைக்கு வந்துவிடுவோம். "ஏன்டா இப்படி இருக்கே?" என்றால் "என் ஜாதகத்தில் இன்னும் நாப்பது லவ்வு இருக்குனு போட்டிருக்கு பாஸ்" என்பான். அவனது ஜோதிடக்கிளி நெல்லைத் தின்றுவிட்டு பெண்களின் படமாகவே எடுத்து வெளியே வீசிக்கொண்டிருந்தது. எல்லாம் ஏற்பாடுதான்!

இரண்டாவது காரணம், சண்முகசுந்தரம் கவிதைகள் எழுதுவான். தமிழ்க்கொலைக்கு என்னை சாட்சி வைப்பான். அவன் காதலிக்கும் பெண்களுக்குக் கல்யாணமாகிவிட்டால், 'நீ அரிசி சாப்பிட்டதால்தான் உன் கல்யாணத்தில் மழை பெய்தது என்கிறார்கள்... அவர்களுக்குத் தெரியாது, நீ சாப்பிட்டது அரிசி அல்ல... என் மனதை' என்று கிறுக்குவான்.

ஒருமுறை 'நீ ஹமாம் சோப்பில் குளிக்கிறாயா? ஆசைக்கடலில் குளிக்கிறாயா?' என்று கவிதை எழுதி ஒரு

நா.முத்துக்குமார்

பெண்ணிடம் கொடுக்க, அவள், "ஆறு மாசமா முழுகாம இருக்கேன்!" என்று பதில் சொன்னதாக விடுதியில் ஒரு வதந்தி.

கொஞ்சகாலமாக சண்முகசுந்தரத்துக்கு காதல் முற்றி ஒரே நேரத்தில் நான்கு பெண்களைக் காதலித்துக்கொண்டிருந்தான். பள்ளியில் படிப்பவள், கல்லூரி மாணவி, வங்கியில் வேலை செய்பவள், விநாயகர் கோயிலுக்கு வருபவள் என ஒவ்வொரு பெண்ணுக்கும் ஒவ்வொரு வரலாறு.

"நாலு பொண்ணுமே ஒத்துக்கிட்டாங்கன்னா என்னடா பண்ணுவ?" என்றதற்கு, "நாலு பேரையுமே கல்யாணம் பண்ணிக்குவேன்" என்றான். "எப்படிடா?" என்றேன். "உனக்கு இதெல்லாம் புரியாது. ஒருத்தியை அழகுக்காக காதலிக்கிறேன். ஒருத்தியை சிரிப்புக்காக காதலிக்கிறேன். ஒருத்தி எனக்கு பஸ்ஸில் டிக்கெட் வாங்க ஹெல்ப் பண்ணினதுக்காக. (கூட்டத்தில் டிக்கெட் பாஸ்செய்து வாங்கித் தந்தாளாம்!) இன்னொருத்தியை பூர்வ ஜென்ம பந்தத்திற்காக" என்றான். எனக்குத் தலை சுற்றியது.

உளவியல் மருத்துவராக இருக்கும் நண்பர் ஒருவரிடம் சண்முகசுந்தரம் பற்றிச் சொன்னேன். அதற்கு அவர், "உங்க நண்பர் கிராமத்தில் பிறந்து வளர்ந்தவர். பெண்களோட சகஜமா பேசற சூழல் அவருக்குக் கிடைக்கல. அதனால சிட்டி யில ஏதாவது ஒரு பெண் அவரிடம் பேசினாலே காதலில் விழுந்துவிடுகிறார். ஆணுக்கும், பெண்ணுக்கும் நடுவே எழுப்பப்பட்டிருக்கும் நூற்றாண்டுகளின் சுவர்தான் இதற்குக் காரணம்!" என்றார்.

"அவனை உங்க கிளினிக்குக்கு கூட்டிட்டு வரவா டாக்டர்? ஏதாவது பண்ண முடியுமா?" என்றேன்.

"ஐய்யோ, வேணாம்பா... எங்க கிளினிக்ல இரண்டு மூணு நர்சுங்க அழகா இருக்காங்க!" என்றார் சிரித்துக்கொண்டே.

அதற்குப் பிறகு தேர்வு நெருங்கிவிட்டதால் சண்முக சுந்தரத்தைப் பார்க்கமுடியவில்லை. தேர்வுக்கு முந்தின வாரம் அவனது அப்பா, 'அவசரம்! உடனே வரவும்' என்று ஒரு தந்தி கொடுத்திருந்தார். விழுந்தடித்துக்கொண்டு ஊருக்குச் சென்றான். இரண்டு வாரங்கள் கழித்து தேர்வு நாளன்று சோகமாக வந்தான்.

"என்னடா தாஜ்மஹால் தனியா இருக்கு?" என்றேன்.

"மோசம் போயிட்டேன்டா. ஊருக்குப் போனா, எங்கம்மா, விஷம் குடிச்சிடுவேன்னு வற்புறுத்தி எங்க மாமா பொண்ணை எனக்குக் கல்யாணம் பண்ணிவச்சிட்டாங்க!" என்றான். அழுது விடுவான் போலிருந்தது. "வாழ்க்கைன்னா இப்படித்தான் இருக்கும்" என்று, நான் என்னுடைய அதிமேதாவித்தனத்தை அறிவுரையாக மாற்றி அவனுக்குள் ஊற்றிக்கொண்டிருந்தேன்.

தேர்வு முடிந்து திசைக்கொருவராகப் பிரிந்து சென்றோம்.

பத்து வருடங்களுக்கு முன்பு தி.நகர் ரங்கநாதன் தெருவில் சண்முகசுந்தரத்தைப் பார்த்தேன். உடம்பெங்கும் ஊதிப்போய் ஆளே அடையாளம் தெரியவில்லை. அதே பழைய ஸ்டெப் கட்டிங்தான் அவனை இனம் காண உதவியது. கையைப் பிடித்துக்கொண்டு ரொம்பநேரம் பேசிக்கொண்டிருந்தான். கடந்தகாலத்தின் மூடுபனியை விலக்கி எங்கள் கல்லூரி நாட்களை மீட்டுருவாக்கம் செய்துகொண்டிருந்தோம்.

பேச்சின் ஊடாக ஒரு சந்தோஷமானத் தருணத்தில், "உன் நாப்பது லவ்வு என்னாச்சுடா?" என்றேன்.

வார்த்தைகளை மௌனத்தில் புதைத்துவிட்டு நடைபாதைக் கடைகளை வெறித்துக்கொண்டிருந்தான்.

ஏன்டா கேட்டோம் என்றாகிவிட்டது. ஒரு வழியாக உரையாடலை வேறு திசைக்கு மாற்றிக் கிளம்பும்போது "மச்சான்! முந்நூறு ரூபா இருக்குமா? குழந்தைக்கு பால் டப்பா வாங்கணும்" என்றான்.

நான் பர்ஸைப் பிரித்தேன்!

டீ சாப்பிடுங்க தோழர்

"இங்கு எல்லாமே
மனதை வலிக்கத்தான் செய்கின்றன
இலைகளை இழந்துவிட்டு
கிளைகளோடு நிற்கிற மரங்களும்;
சதைகளை இழந்துவிட்டு
எலும்புகளோடு திரிகிற மனிதர்களும்!"

– தருமு.ரத்தினக்குமார்
('கோடை' தொகுப்பிலிருந்து)

என் இருபது வயதில், நான் கம்யூனிஸ்டாக இருந்தேன். கண்களிலும் கனவுகளிலும் தீ எரிந்த நாட்கள் அவை. கம்யூனிசமும் கம்யூனிச இலக்கியங்களும், என்னுள்ளும் என் படைப்புக்குள்ளும் உள்ளார்ந்த மனிதநேயத்தை ஊற்றின. வெங்காற்றின் புழுக்கம் வீசும் இரவுகளில், முற்றத்துக் கயிற்றுக் கட்டிலில் ரஷ்யக் கதைகளின் பனிப் பொழிவுகள் என்னருகே அமர்ந்து குளிர்ந்த வார்த்தைகள் பேசின. மாநகரத்தில் வாழ்ந்தாலும், மனதளவில் ஒரு கிராமத்தானாக நான் இருப்பதற்கு இவையெல்லாம்தான் காரணம் என நினைக்கிறேன்.

பதினைந்து வயதில் நான் கம்யூனிஸ்டாக மாறினேன். என்னை மாற்றியது தோழர் லெனின் சுப்பையா. லெனின் சுப்பையா அப்போது

காஞ்சிபுரம் பேருந்து நிலையத்தில் பழக்கடை வைத்திருந்தார். ஒரு அகன்ற தள்ளு வண்டியே அவரது கடை. முன்புறம் வாடிக்கையாளர்கள் மற்றும் தோழர்கள் அமர இரண்டு மர பெஞ்சுகள். லெனின் சுப்பையா லேசாக வழுக்கை விழுந்து நெடிய உயரத்துடனும், கம்பீரமான தோற்றத்துடனும், கொஞ்சம் நடிகர் எஸ்.எஸ்.ராஜேந்திரன் சாயலில் இருப்பார்.

அவரது பழக்கடையில் எப்போதும் கூட்டமிருக்கும். வாடிக்கையாளர்கள் அல்ல; அவரையும் மற்ற நண்பர்களையும் சந்திக்க வரும் தோழர்கள். கட்சி ஆபீசை அடுத்து தோழர்கள் சந்திக்கும் இடமாக அவரது கடை இருந்தது. எப்போது சென்றாலும் யாராவது இரண்டு தோழர்கள் அமர்ந்து, அன்றைய அரசியல் போக்கையோ, இலக்கிய மாற்றங்களையோ விவாதித்துக்கொண்டிருப்பார்கள். வாடிக்கையாளர்களைக் கவனித்துக் கொண்டே நடு நடுவே தோழர் லெனின் சுப்பையா, விவாதத்தில் கலந்துகொள்வார்.

பேருந்து நிலையங்களுக்கென்று ஒரு பிரத்யேக முகம் இருப்பதை நீங்கள் கவனித்ததுண்டா? எல்லா ஊர்களின் பேருந்து நிலையங்களும் பஸ் ஏஜெண்டுகளின் பீடி செருகிய குரல்களாலும், இஞ்சி மரப்பா விற்பவர்களின் கரகரப்பான குரல்களாலும் விழித்துக்கொள்கின்றன. ஆண் பெண் படம் வரைந்த நவீன கட்டணக் கழிவறைகள் இருந்தும், இருண்டு குறுகிய சந்துகளை மூத்திரச் சந்துகளாக மாற்றிவிட்டு பின்தொடர்ந்து ஓடி வரும் மனிதர்களுக்குப் போக்குக் காட்டி, தொலைவில் சென்று நிற்கும் பேருந்துகளின் கர்வத்தோடும்; கொய்யாப்பழம், தண்ணீர்ப் பாக்கெட், லாட்டரிச் சீட்டு விற்பவர்களின் ஏறி இறங்கும் கால்களோடும், பேருந்து நிலையங்கள் பரபரப்படைகின்றன. காஞ்சிபுரம் பேருந்து நிலையம், இந்த அம்சங்களுடனும் கூடுதலாக நிலையத்தின் ஒற்றைத் தூணெடுத்து உயர்ந்து நிற்கும் கோபுரத்தின் சங்கு சப்தத்துடன் தன் நாளைத் தொடங்கும். ஒவ்வொரு நாளும் வெவ்வேறு மனித முகங்கள் பொருத்திய கம்பளங்களை அது விரித்துக்கொண்டிருக்க, தோழர் லெனின் சுப்பையாவின் கடையருகில் அமர்ந்து கவனித்துக்கொண்டிருப்போம்.

தோழர் லெனின் சுப்பையா எனக்கு அறிமுகமான சம்பவம் சுவாரசியமான ஒன்று. நான் தொலைத்த ஒன்று அவரை எனக்குத் தேடிக் கொடுத்தது.

அப்போது நான் காஞ்சிபுரம் அந்திரசன் மேல்நிலைப் பள்ளியில் பத்தாம் வகுப்பு படித்துக்கொண்டு இருந்தேன். எங்கள் கிராமத்திலிருந்து காஞ்சிபுரத்துக்குப் பேருந்தில் சென்று வருவேன். மாலையில் பள்ளி முடிந்து என் ஊருக்குச் செல்லும் பேருந்துக்காக அவரது பழக்கடையின் முன்புதான் காத்திருப்பேன். ஒருமுறை பேருந்தைப் பிடிக்கும் அவசரத்தில், புத்தகப் பையை அவரது கடை பெஞ்சிலேயே மறந்து வைத்துவிட்டு, பேருந்தில் ஏறி வீட்டுக்கு வந்து விட்டேன். காக்கி வண்ணத்தில் தோளில் மாட்டக் கூடிய மிலிட்டெரிப் பை அது. வீட்டுக்கு வந்த போதுதான் முதுகு லேசாக பாரம் இல்லாமல் இருப்பதை உணர்ந்தேன். எங்கு வைத்தோம் என்பது மறந்துவிட்டது. திரும்பவும் சைக்கிளில் பள்ளிக்கு வந்து தேடிப் பார்த்துவிட்டு, சோர்ந்து போய் வீட்டுக்கு வந்து, கவலையுடன் படுத்தேன்.

இரவு பதினொரு மணி வாக்கில் என் பெயரைச் சொல்லி விசாரித்தபடி, லெனின் சுப்பையா வீட்டுக்கு வந்தார். அவரைப் பார்த்ததும் பழக்கடைக்காரர் என்று தெரிந்துவிட்டது. அதற்கு முன்பு நான் அவருடன் அவ்வளவாகப் பேசியதில்லை.

“அஞ்சே கால் மணி பஸ் போயிடுச்சா?” என ஓரிருமுறை கேட்டிருக்கிறேன். நோட்டுப் புத்தகத்தில் எழுதியிருந்த என் முகவரியைப் பார்த்துவிட்டு, இரவு கடையடைத்ததும் வந்ததாகச் சொன்னார். “ரொம்ப நன்றிங்க... காலையில் பஸ் ஸ்டாண்ட்லேயே பார்த்துக் கொடுத்திருக்கலாமே... எதுக்கு வீண் சிரமம்...” என்றார் அப்பா.

“பரவாயில்லீங்க... படிக்குற புள்ள... ஏதாவது முக்கியமானது விட்டுப் போயிடுமோன்னுதான்” என்று சொல்லிவிட்டு விடை பெற்றுக்கொண்டார். அதற்குப் பிறகு அவருடன் நன்றி கலந்த நெருக்கம் உண்டானது.

அப்போது நான் ‘வானவில்... வானத்தில் இருக்கும் வில்’ என்று ஆர்வக் கோளாறுத்தனமாக கவிதை எழுதிக்கொண்டிருந்தேன். என் புகைப்படத்துடன் சிறுவர் இதழ் ஒன்றில் வந்த கவிதையை யதேச்சையாகப் பார்த்துவிட்டு, “நீங்க கவிதை எழுதுவீங்களா தோழர்?” என்று லெனின் சுப்பையா ஒருநாள் கேட்டார். “எப்பவாச்சும் எழுதுவேங்க!” என கூச்சத்துடன் சொன்னேன்.

என்னை அவர் 'தோழர்' என்று அழைத்தது ஆச்சரியமாக இருந்தது. வயது வித்தியாசம் மறந்து முதல் முறையாக அந்த வார்த்தைதான் என் ஞாபக அடுக்கில் வந்தமர்ந்தது. உலகில் மிகவும் இனிமையான பாஷை, இரண்டு இதயங்கள் தங்களுக்குள் பேசும் பாஷைதான் என்பதை அந்த வார்த்தை எனக்கு அறிமுகப்படுத்தியது. நாங்கள் தோழர்களானோம்.

தினந்தோறும் மாலையில் என்னைப் பார்த்ததும், 'டீ சாப்பிடுங்க தோழர்' என்று பக்கத்தில் இருக்கும் கடையில் தேநீர் சொல்லுவார். எனக்கு மட்டுமல்ல, அவரைத் தேடி எத்தனை தோழர்கள் வந்தாலும் "டீ சாப்பிடுங்க தோழர்" என்றுதான் உரையாடலை ஆரம்பிப்பார். அவரது பழக்கடையில் விற்பனையாகும் காசைவிட, அதிகமாக தேநீர்க் கடையில் அவரது கடன் தொகை ஏறிக்கொண்டிருக்கும். அரைமணி நேரத்துக்கொருமுறை பக்கத்து தேநீர்க் கடையில் "தோழர் கடைக்கு அஞ்சு டீ" என்றோ, "தோழர் கணக்குல எட்டு டீ" என்றோ, குரல் ஒலித்துக்கொண்டிருக்கும்.

கன்னம் குழி விழுந்து சதா எரியும் அக்னிக் கண்களுடனும், தன் போக்கில் வளர்ந்திருக்கும் தாடியுடனும், வறுமையை கம்பீரமாக ஏற்றுக்கொள்ளும் மனப்பக்குவத்துடனும், தினமும் சில தோழர்கள் அவர் கடைக்கு வருவார்கள்.

தோழர் லெனின் சுப்பையா டீக்கடை பெஞ்சுகளில் அமரும் தோழர்களையும், ரஷ்ய இலக்கியங்களையும் அறிமுகப்படுத்தி, என் திசையைத் தடம் மாற்றினார். பின்புக்கும் பின்பு அத்தோழர்கள் மூலமாக 'இலக்கிய வட்டம்' வெ.நாராயணன் அறிமுகமாகி, நான் நவீன இலக்கிய வாசகனானேன்.

ஒருமுறை, தோழர் லெனின் சுப்பையா என்னை அவர் வீட்டுக்கு அழைத்துச் சென்றார். காஞ்சிபுரத்தின் விளிம்பில் செவிலிமேடு என்ற இடத்தில் ஓர் ஓலைக்குடிசை. குனிந்து உள்ளே நுழைந்தோம். பத்து வயது மதிக்கத்தக்க அவரது பையன் ஜாமென்ட்ரி பாக்ஸிலிருந்து பென்சிலை எடுத்து கூர் தீட்டிக்கொண்டிருந்தான். அவரது மனைவி முருங்கைக் கீரையை இணுக்கிக்கொண்டு இருந்தார்கள். வீடு முழுக்க புத்தகங்கள் இறைந்து கிடந்தன. ஒன்றை எடுத்துப் பிரித்தேன். அடிப்படை பொருள் முதல் வாதம் பற்றிய கட்டுரை நூல்.

நா.முத்துக்குமார்

பின்பு, பலமுறை அவரது கடை விடுமுறை நாட்களில் அவருடன் திரிந்திருக்கிறேன். காஞ்சியின் ஒவ்வொரு நீள அகலத்தையும் எனக்கு அறிமுகப்படுத்தி, அதன் சிறப்புகளையும் இயல்புகளையும் சொல்லிக்கொண்டு வருவார். "நாம பொறந்து வளர்ந்த ஊரை நாம முழுமையா தெரிஞ்சிக்கணும் தோழர்... அப்பத்தான் நம்மை நாம புரிஞ்சுக்க முடியும். நம்மை நாம் புரிஞ்சிக்கிட்டாதான் நம்ம சமூகத்தைப் புரிஞ்சுக்க முடியும்" என்பார்.

பள்ளி, கல்லூரி முடிந்து நான் சென்னைக்கு வந்து விட்டேன். சில மாதங்களுக்குப் பிறகு ஊருக்குச் செல்கையில், அவரது பழக்கடை இருந்த இடம் வெறுமையாக இருந்தது. வீட்டுக்குச் சென்று அவரைப் பார்த்தேன். உடல்நிலை சரியில்லாமல் ரொம்பவும் இளைத்துப் போயிருந்தார். ''டீ சாப்பிடுங்க தோழர்'' என்று கடைக்கு அழைத்துப் போனார். ''கடை நஷ்டத்துல ஓடிச்சி தோழர்... ஒடம்பு வேற சரியில்லை '' என்றார். மாநகரம் என்னை விழுங்கிய பின் அவரைச் சந்திக்கும் நாட்கள் விலகிக்கொண்டிருந்தன. நடுவில் ஒருமுறை அவர் வாடகை ஆட்டோ ஓட்டுகிறார் என்று கேள்விப்பட்டேன்.

ஊருக்குச் சென்றபோது வேறு ஒரு தோழரிடம் அவரைப் பற்றி விசாரித்தேன். "தோழர் லெனின் சுப்பையா பத்து நாளைக்கு முன்பு உடம்பு சரியில்லாம இறந்துட்டாரு'' என்று தகவல் வந்தது. "சுடுகாட்டுக்கு நாங்களும் போனோம் தோழர்... அவரை எரிக்கும்போது தீ கூட துக்கப்பட்ட மாதிரி இருந்திச்சி. செவப்புன்னா செவப்பு அப்படி ஒரு செவப்பு. மஞ்சளும் செவப்பும் கலந்த தீயைத்தான் இதுவரைக்கும் நான் பார்த்திருக்கேன்... வாழ்க்கையில் முதல் முறையா அப்படி ஒரு செந்தீயைப் பார்த்தேன். தீயிலிருந்து பிரியிற புகை எல்லாம் டீ சாப்பிடுங்க தோழர்னு சொல்லிக்கிட்டே போற மாதிரி இருந்திச்சி..." என்றார் அருகிலிருந்த தோழர். விழிகளில் உருண்டு விழும் தீயுடன் கேட்டுக்கொண்டிருந்தேன்.

இன்றைக்கும் மாநகரத்துத் தெருக்களில் அறிமுகமான வர்களைச் சந்திக்க நேர்ந்தால், என் உரையாடல் இப்படித்தான் தொடங்குகிறது.

"டீ சாப்பிடுங்க தோழர்!"

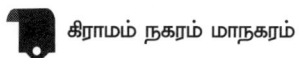

மைதானத்தில் ஏழையொருவன்

இத்தனைக்குப் பிறகும்
அழாமல் இருந்தோம்
அழுகை வராமலில்லை
ஒரு வைராக்கியம்
உங்கள் முன்னால் அழக்கூடாது.

– மனுஷ்யபுத்திரன்
('இடமும் இருப்பும்' தொகுப்பிலிருந்து...)

வாழ்ந்து கெட்ட வீடுகளிலிருந்து ஒரு வலி மெல்லக் கசிந்து காற்றில் பரவி நிலையற்று அலைவதை எப்போதாவது சந்தித்திருக்கிறீர்களா?

கிராமத்தில் வாழ்ந்த சொந்த வீட்டைப் பூனைகள் உறங்கவும், அரச மரச் செடிகள் சுவர் வழி வேர் விட்டு வெடித்துக் கிளம்பவும் விட்டு விட்டு மாநகரத்து வீதிகளில் பசியுடன் அலையும் கண்கள் நடுநிசியில் வந்து உங்களை அலைக் கழித்ததுண்டா?

கதவு, ஜன்னல், பாத்திரங்கள் என விற்ற பின்பு கையிருப்பு கரையக் கரைய மாநகரத்து சிக்னல் கம்பங்களுக்கருகே சிவப்பு விளக்கு விழும் வரை காத்திருந்து ஓடி வந்து வாகனங்களுக் கிடையே நுழைந்து தொப்பியும், கண்ணாடியும் விற்பவர்களில் உங்கள் தூரத்து உறவினர்களின் சாயல் கண்டு துடித்ததுண்டா?

காலம், மைதானத்தில் விளையாடுபவனை பார்வையாள னாகவும், பார்வையாளனை பரிசு வெல்பவனாகவும் மாற்றி விடுகிறது.

பத்து வருடங்களுக்கு முன்பு அவனைச் சந்தித்தேன். அவன் பெயர் எனக்கு மறந்துவிட்டது. அணு அணுவாய் அவன் உருவம் அந்தத் தருணத்தின் சோகத்துகள்களுடன் நெஞ்சில் பதிந்துவிட்ட பின் பெயரா முக்கியம்? அப்போது நான் இயக்குநர் அருண்மொழியிடம் உதவி இயக்குனராக வேலை செய்துகொண்டிருந்தேன். ஒவ்வொரு நொடியும் இருபத்தி நான்கு ஃபிரேம்களாக நகர்ந்துகொண்டிருந்த காலம் அது.

இயக்குநர் அருண்மொழி 'ஏர்முனை', 'காணிநிலம்' ஆகிய படங்களை இயக்கி தேசிய விருது பெற்றவர். அப்போது அவர் எழுத்தாளர் அசோகமித்திரனின் 'கரைந்த நிழல்கள்' நாவலை படமாக எடுத்துக்கொண்டிருந்தார். என்னுடைய வகுப்புத் தோழன் ராஜராஜனின் தந்தை டி.எம்.சுப்பிரமணியமும் அவர் தம்பி டி.எம்.சுந்தரமும்தான் அப்படத்தின் தயாரிப்பாளர்கள். இலக்கிய ரசனையும் நல்ல சினிமா மீது ஆர்வமும் கொண்ட குழு அது. கரைந்த நிழல்கள் சினிமாவைப் பற்றி தமிழில் வெளிவந்த முக்கியமான நாவல். நேசித்த நாவல் படமாக்கப்படுவதை பரவசத்துடனும்; அதில் பங்குபெறுவதன் முக்கியத்துவத் துடனும்; சினிமா என்னும் ராட்சச கனவுத் தொழிற்சாலையில் காலடி வைத்துவிட்ட குறுகுறுப்புடனும்; அலைந்த வசீகர நாட்கள் அவை.

அப்படிப்பட்ட ஒருநாளில்தான் அவனை சந்தித்தேன். விஜயா வாஹினி ஸ்டூடியோவில் ஒரு காட்சியைப் படம் பிடித்துக்கொண்டிருந்தோம். தேநீர் இடைவேளையில் கையில் பேடுடன் நான் இருந்தபோது, "நீங்க அஸிஸ்டென்ட் டைரக்டர்தானே?" என்றபடி அவன் வந்தான்.

"ஆமாம்" என்றேன். இருபது வயதிருக்கும். கசங்கிய உடைகள். பஞ்சடைத்துப் போன கண்கள். வியர்வையில் நனைந்து சூழலுக்கு பொருத்த மற்று நின்றிருந்தான்.

"எனக்கு ஏதாவது நடிக்கிறதுக்கு சான்ஸ் வாங்கிக் கொடுங்க சார்" என்றான்.

"ஆபீஸில வந்து பாருங்க... இதுக்கு முன்னாடி நடிச்சி ருக்கீங்ளா? டைரக்டரை ஆபீஸில் வந்து பாருங்க" என்றேன்.

சட்டென்று என் கைகளைப் பிடித்துக் கொண்டான். “நேத்து காலையிலிருந்து சாப்பிடலை சார்... ஏதாவது வேஷம் வாங்கிக் கொடுங்க... ஒரு பத்து ரூபா கிடைச்சாகூட போதும் சார்” என்றான்.

‘‘நடிக்கிறது கஷ்டம். வேணும்னா புரொடக்ஷன்ல சாப்பிட்டுட்டு போங்க’’ என்றேன்.

“இல்ல சார், ஓசி சாப்பாடு வேணாம்” என்று சொல்லி விட்டு விறுவிறுவென்று நடக்கத் தொடங்கினான்.

எனக்கு அவன் வைராக்கியம் பிடித்திருந்தது. அவனை இயக்குநரிடம் அறிமுகப்படுத்தி ஒரு சின்ன வேடம் வாங்கிக் கொடுத்தேன்.

ஒரு திரைப்படத்தின் முதல் நாள் பூஜை நடக்கும் காட்சி. படத்தின் இயக்குநருடைய தம்பியிடம், நாவலின் முக்கிய கதாபாத்திரத்தை, ஒரு எடிட்டிங் உதவியாளன் அறிமுகப்படுத்தி, ‘இவரு கானா தானா கிட்ட வேலை செஞ் சவரு. டைரக்டருகிட்ட ஒர்க் பண்ணணும்னு பிரியப்படுறாரு’ என்று சொல்ல வேண்டும்.

அதற்கு அவர், ‘அப்புறம் பார்க்கலாம்’ என்பார்.

இதுதான் காட்சி. எடிட்டிங் உதவியாளனாக அவனை நடிக்க வைக்க ஏற்பாடாயிற்று. நான்கைந்து முறை வசனத்தை சொல்லவைத்துப் பார்த்தோம். திருப்தியாக இருந்தது.

திரைப்படத்தின் பூஜை காட்சி என்பதால், ஆப்பிள், சாத்துக்குடி, வாழைப்பழம், இனிப்பு வகைகள் என நான்கைந்து பெரிய தாம்பாலத் தட்டுகளில் சாமி படத்தின் முன்பு வைக்கப்பட்டிருந்தன. அதனருகில்தான் மேற்சொன்ன காட்சி எடுக்க வேண்டும்.

நடிகர்கள் தயாராகி நிற்க, ஒளிப்பதிவாளர் வெளிச்சம் சரிபார்த்து ஓகே என்று சொல்ல, இயக்குநர், “ரெடி, டேக்!” என்றார்.

எல்லாரும் சரியாகச் செய்ய அவன் முறை வந்த போது, “இவரு.... இவரு... கானா தானா கிட்ட... வேலை... வேலை...” என்றான்.

“கட் கட்! என்னப்பா சொதப்புற!” என்று அலுத்துக் கொண்டார் இயக்குநர்.

“சாரி சார் இப்ப சரியா பண்ணிடுறேன்.”

“ஓகே... லைட்ஸ் ஆன்... டேக்!” மீண்டும் சொதப்பினான். கிட்டத்தட்ட ஏழெட்டு டேக்குகளாயிற்று. இயக்குநர் என்னை முறைத்தார்.

“இல்ல சார். என்னால முடியல. வேற யாரையாவது நடிக்க வச்சிடுங்க” என்று சொல்லிவிட்டு, அவன் செட்டை விட்டு அழுதுகொண்டே ஓடினான்.

நான் அவனைப் பின்தொடர்ந்து சென்றேன். ஒரு தெலுங்குப்படத்தின் பாடலுக்காக செட் போடப்பட்டிருந்த காகித சொர்க்கத்தில் அமர்ந்து அழுதுகொண்டிருந்தான்.

நான் மெல்ல நெருங்கி அவன் தோளைத் தொட்டு “என்னப்பா என்ன ஆச்சு?” என்றேன்.

குலுங்கிக்கொண்டே சொன்னான்; “எங்க குடும்பம் பெரிய குடும்பம் சார். தஞ்சாவூர்ல ஐநூறு ஏக்கர் நிலம் இருந்துச்சு. ரெண்டு தெருவ இணைச்சா மாதிரி வீடு. திண்ணையிலேயே நூறு பேர் தங்கலாம். அப்பாவோட சீட்டாட்டப் பழக்கத்தில எல்லாம் போயிடுச்சு. குடும்பத்தோடு மெட்ராஸ் வந்து கஷ்டப்படுறோம். தங்கச்சிங்க எக்ஸ்போர்ட் வேலைக்குப் போகுதுங்க...” – அழுதுகொண்டிருந்தான்.

“அது சரி, நடிச்சா காசாவது கிடைச்சிருக்குமே” என்றேன்.

“இல்ல சார் கொஞ்சநேரத்துக்கு முன்னாடி தட்டுல ஆப்பிள், சாத்துக்குடி, ஸ்வீட்டுன்னு நெறைய வெச்சிருந்தீங்க...”

“ஆமா... அதுக்கென்ன?” என்றேன்.

“என் கண்ணு முன்னாடியே ஒருத்தர், அந்தத் தட்டு மேல மண்ணெண்ணெய ஊத்துனாரு... என்னால தாங்க முடியல சார். எங்க வீட்டுல யாருமே ரெண்டு நாளா சாப்பிடல சார்... இங்க என்னடான்னா...”

உரையாடலை முடிக்காமல் அழுதுகொண்டிருந்தான். எனக்கு விஷயம் விளங்க ஆரம்பித்தது.

சினிமாவில் இதை கன்ட்டினியூட்டி என்பார்கள். ஒரு ஷாட்டில் வைக்கப்படும் பொருட்கள் அடுத்த ஷாட்டிலும் அதே இடத்தில் அதே வடிவத்தில் இருக்க வேண்டும். உதாரணமாக இன்று எடுக்கப்பட்ட காட்சிகளின் பின்னணியாக பத்து

ஆப்பிள்கள் இருந்தன என்றால் இதன் தொடர்ச்சியாக அதே காட்சியை அடுத்த வாரம் வேறு இடத்தில் எடுப்போம். அப்போது ஆப்பிளுக்குப் பதில் வாழைப்பழம் மட்டும் இருந்தால் படம் பார்க்கையில் உறுத்தும், உணவுப் பொருட்கள் என்பதால் தெரியாமல் யாராவது சாப்பிட்டுவிடக்கூடும். அதற்காக அதன் மேல் மண்ணெண்ணெய் ஊற்றுவார்கள்.

அவனிடம் விளக்கிச் சொன்னேன்.

"இருக்கட்டும் சார்... அதுக்காக மண்ணெண்ணெய் ஊத்துவாங்களா... நாங்க ரெண்டு நாளா சாப்பிடல சார்!" கைகள் நடுங்க அழுதுகொண்டே இருந்தான்.

"சரி, பரவாயில்ல. இந்தாங்க..." என்று அவன் கையில் ஒரு இருபது ரூபாய் கொடுத்தேன்.

"வேணாம் சார்" என்று சொல்லிவிட்டு, வாசல் நோக்கி வேகமாக நடந்து காணாமல் போனான்.

அதற்கப்புறம் செய்தித்தாள்களில் வறுமை காரணமாக குடும்பத்துடன் தற்கொலை என்று படிக்கையில் புகைப்படத்தில் அவன் முகம் இருக்கிறதா என்று பதைபதைப்புடன் பார்ப்பேன்.

இன்றைக்கும் மாநகரத்தில் ஒவ்வொரு சினிமா கம்பெனி வாசலிலும் நூற்றுக்கணக்கான இளைஞர்கள் எதற்காகவோ காத்துக்கொண்டிருப்பதைக் கவனிக்கிறேன்.

அவர்களுடைய முகங்களில் அவன் முகச்சாயலின் துகள்கள் படிந்திருப்பதை பார்க்கையில் பயமாயிருக்கிறது!

நா.முத்துக்குமார்

குறிஞ்சிப் பாட்டு

பூக்கும் போது
அங்கிருந்தேன்
காய்க்கும் போது
இங்கிருக்கிறேன்
மரங்கள்
வருத்தப்பட்டுக்கொண்டிருக்கும்
மனிதர்கள்
நினைத்துக்கொண்டிருப்பார்கள்
– விக்ரமாதித்யன் நம்பி
('கிரகயுத்தம்' தொகுப்பிலிருந்து)

ஒரு பூ பூக்கிறபோது ஒரு புன்னகை பிறக்கிறது. பூ என்பது செடிகளில் வரையப்பட்ட சின்னஞ்சிறு ஓவியம். வாசனை ஊற்றி எழுதப்பட்ட கவிதைத் தாள். மெல்லிதழ் கண்ணாடியில் நகலெடுத்த குழந்தை முகம். நிறங்களின் மொழிபெயர்ப்பு. சந்தோஷ வடிவில் ஒரு கண்ணீர்த் துளி. பனி தூங்கும் மென் மெத்தை. பிரபஞ்சத்தின் ஆகப் பெரிய ரகசியச் செப்பேடு.

ஒவ்வொரு பூவும் தன்னை குழந்தைகளின் குவி மையப் பார்வையில் பார்க்கச் சொல்கிறது.

குழந்தைகளுக்கும் பூக்களுக்கும் உள்ள தொடர்பு விக்ரமாதித்தனுக்கு வேதாளம் சொல்லாத ரகசியமாய் தொடர்ந்துகொண்டிருக்கிறது. ரத்த ஓட்டம் உள்ள பூக்களாகத்தான் எல்லாக் குழந்தைகளும் பிரபஞ்சத்தின் தொப்புள் கொடியில் பூக்கின்றன. பிந்தைய நாட்களில் அதன் ஒவ்வொரு இதழ்களிலும் காலம் தன் ராட்சஸ நகங்களால் முட்களைப் பொருத்தி காயம் செய்கிறது. ஒரு இதழில் துரோகத்தின் வன்முறை; இன்னொன்றில் தந்திரங்களின் காய் நகர்த்தல்; மற்றொன்றில் உதிரும் இரவுகளில் எரியும் காமம்; பிறிதொன்றில் மீளமுடியா துயரத் தடயங்கள்.

முதல் முறையாக ஏதோவொரு பூவைப் பார்த்த உங்கள் குழந்தைப் பருவ முகம் உங்களுக்கு ஞாபகமிருக்கிறதா? அது எந்தப் பூ? செம்பருத்தியா? ரோஜாவா? மல்லிகையா? கனகாம்பரமா? மகிழம்பூவா? தாழம்பூவா? சாமந்தியா? பெயர் தெரியாத காட்டுப் பூவா? அது எந்த இடம்? செவிலித்தாயுடன் நோய்த்துகள்கள் மிதக்கும் மருத்துவமனையா? வௌவால்கள் தலைகீழாகத் தொங்கும் கோயில் பிராகாரமா? வானவில் உடைந்து கிடக்கும் மலைச்சரிவா? குறைந்த வெளிச்சத்தில் அணில் குஞ்சுகள் விளையாடும் உங்கள் வீட்டு முற்றமா? ராட்டினங்கள் கிரீச்சிடும் கிணற்றடி தோட்டமா? அது எந்த தருணம்? பனி கொட்டும் பின் விடியலா? சூரியன் ஸ்நேகமாகும் முன் காலையா? உறவினர்கள் ஒன்றுகூடிய திருவிழா மதியமா? ஈக்கள் வந்து வந்து முகத்தில் அமரும் மரண வீட்டின் இறந்த முகத்திலா?

ஞாபக அடுக்குகளில் எத்தனை முறை தேடியும் அந்த முதல் பூ மட்டும் தன் மகரந்தக் குழல்களை மடித்து வைத்துக்கொண்டு ஒளிந்துவிடுகிறது. அந்த முதல் நாள் அறிமுகத்தின் மிச்ச ஆச்சர்யங்கள்தான் எல்லாப் பூவிலும் ஒளிந்துகொண்டு நம்மை பரவசப்படுத்துகின்றன.

பூச்செடிகளை குழந்தைகள் நேசிக்கக் காரணம் அதன் எட்டிப் பிடிக்கும் உயரம் என்று தோன்றுகிறது. சட்டென்று பார்க்கையில் ஒரு பூச்செடி நிற்பது ஒரு குழந்தை நிற்பதைப்போலத்தான் கண்களுக்குத் தெரிகிறது. மண்ணின் கருவறையில் பூக்கள் புதிர் போடுகின்றன. குழந்தைகள் தங்களுக்கு மட்டும் தெரிந்த ரகசிய பாஷையில் அதை விடுவித்துக்கொண்டிருக்கின்றன.

கிராமத்தில் எங்கள் வீட்டுத்தோட்டத்தில் வெவ்வேறு பூச்செடிகள் இருந்தன. குப்பைமேடுகளிலும், காட்டு வயல்களிலும் அலைந்து திரிந்து பூச்செடிகளைத் தேடி எடுத்து வருவது அப்போதைய என் பொழுதுபோக்காய் இருந்தது. ரோஜாச் செடிகள் எல்லாம் அப்போது பணக்காரச் செடிகள். எல்லார் வீட்டுத்தோட்டத்திலும் செம்பருத்தியும், மல்லிகைச் செடியும் கட்டாயம் இருக்கும். சூரிய ஒளியிலிருந்து தீ விழுங்கி பூத்த மாதிரி செம்பருத்திப் பூக்கள் செவ்விதழில் இன்னிசை வழங்கும். கிராமஃபோன் குழல்கள் போலிருக்கும் அதன் சின்னஞ்சிறு இதழ்களில் காற்று வந்து கச்சேரி செய்யும்.

கிராமத்தில் எல்லோர் வீட்டுத் தோட்டங்களிலும் குப்பை கொட்டிவைக்க இடம் இருக்கும். வருடம் முழுதும் உயர்ந்து கொண்டேயிருக்கும் அந்தக் குப்பைமேட்டில் தான்தோன்றித் தனமாக பல பூச்செடிகள் முளைத்திருக்கும். பெரும்பாலும் சாமந்தியும் தக்காளியும் அவ்விடத்தில் வளர்வதுண்டு. பார்ப்பதற்கு சாமந்திச்செடியும், தக்காளிச் செடியும் ஒரே மாதிரி இருக்கும். விரிந்த உள்ளங்கை விரல்கள் மாதிரி இலைகளும், ஏதோ ஒரு மாவட்டத்தின் வரைபடம் மாதிரி இருக்கும் இதழ் வடிவமும், இரண்டையும் ஒன்றாகவே காட்டும். இலைகளின் சொர சொரப்புத் தன்மையை வைத்து வேறுபாடு தெரியும். நிறைய தடவை தக்காளிச் செடியை நட்டு, சாமந்திப் பூக்களை எதிர் பார்த்து ஏமாந்து இருக்கிறேன்.

மல்லிகைப்பூக்கள் காற்றில் பரவும் வாசனையுடன் பாம்புகளை அழைத்து வந்துவிடும். ஆயினும் பூக்கள் பறிக்கப் போய் பாம்புகள் கடித்ததாக கிராமத்தில் இதுவரை எந்த வரலாறும் இல்லை.

ஒருமுறை நாங்கள் ரோஜா செடி வளர்த்தோம். செம்மண் பாதுகாப்பில் உடைந்த முட்டை ஓடுகளே உரமாகக் கொஞ்சம் கொஞ்சமாக ஒளிச்சேர்க்கை தொடங்கி யாரும் கவனிக்காத ஒரு நொடியில் கறுத்த மனிதனின் உள்ளங்கை போல் ரோஜா பூத்தது. ஒரு செல்லப் பிள்ளையாக அதன் இருப்பை நாங்கள் கொண்டாடினோம்.

ஒரு கட்டத்தில் தினம் தினம் அருகில் வந்து தொட்டுப் பார்க்கும் எங்கள் முகங்கள் அதற்குப் பரிட்சயம் ஆகி நாங்கள் அருகில் சென்றாலே கூடுதலாக பிரகாசிக்கும். மழை பெய்த நாளொன்றின் அந்தியில் ஏதோவொரு ஆடு கடித்து அந்த

ரோஜா செடி தன் ஜனனத்தை முடித்துக்கொண்டது. அன்றிரவு எங்கள் சோற்றுப் பானையில் பசிக்கு பதில் துக்கம் தோய்ந்த வெறுமையே குடிகொண்டிருந்தது.

வாசனைக்கும் உபயோகத்திற்கும் மட்டுமா பூக்கள்? வாசனையற்ற பூக்களில் இயற்கை, நிறங்களால் கிரீடம் சூட்டி விடுகிறது. மஞ்சள் கொட்டிப் படர்ந்துகிடக்கும் நெருஞ்சிப் பூக்கள், ஊதா ஊற்றி செய்த கத்திரிப்பூக்கள், வெளிர் மஞ் சளும் பச்சையும் குழைந்த புளியம்பூக்கள், சிவப்பில் குளித்த செந்தாமரைப் பூக்கள், ஆழி வண்ணத்தில் சங்குப்பூக்கள், வெளிர் பச்சையில் பைத்தியமாக்கும் ஊமத்தம்பூக்கள், ரோஸ் வண்ணத்தில் எறும்புகள் ஊறும் புங்கம்பூக்கள், காக்காப்பூக்கள், அந்தி வானத்தில் குழைத்துச் செய்த கனகாம்பரப்பூக்கள், சூரிய ஒளியில் நிறம் வாங்கிய பீர்க்கம்பூக்கள், சப்பாத்திக் கள்ளிகளில் பூத்த அடர் மஞ்சள்பூக்கள் என பல்வேறு பூக்கள் நிறங்களின் சூதாட்டத்தை நடத்திக்கொண்டிருக்கும்.

பூஜைக்குச் செல்வது குறித்த பெருமிதமோ, சுடுகாட்டுப் பாதைகளில் இறைந்து கிடப்பது குறித்த வருத்தமோ பூக்களுக்கு இல்லை. மொழிகளும் அர்த்தமுமற்ற ஒரு ஆழ்வெளியில் இருந்து அவை புன்னகைக்கின்றன.

மாநகரத்தில் மனிதர்களை வளர்ப்பதற்கே சிரமமாக இருக்கும்போது பூக்களை வளர்க்க இடமில்லை. லாரிகளில் மழை வெயிலில் நனைந்து மாநகரம் வந்தடையும் பூக்கள் பெரிய பெரிய பொக்கேக்களாக மாற்றப்பட்டு முக்கிய விழாக்களிலும் கொண்டாட்டங்களிலும் பரிமாறப்பட்டு வரவேற்பறையில் வாசனையும், வண்ணமும் இழந்து கருகி உதிர்கின்றன. மாநகரம் தொட்டி தொட்டியாக வீட்டுக்குள் குரோட்டன்ஸ் செடிகளை வளர்க்கிறது. அதற்கும் பக்கத்தில் பூக்கவே பூக்காத போன்சாய் செடிகள். எல்லாவற்றையும் பார்த்துச் சிரித்தபடி Laughing Buddha.

சமீபத்தில் நடந்த ஒரு சம்பவம். சென்னை பல்கலைக் கழகத்தில் தமிழ்மொழித் துறையில் டாக்டர் வ.ஜெயதேவன் மேற்பார்வையில் நான் முனைவர் பட்டத்துக்காக ஆய்வு செய்து வருகிறேன். கடந்த நான்கு வருடங்களாக எம்.ஏ., தமிழ் இலக்கிய மாணவர்களுக்கு கௌரவ பேராசிரியராக வகுப்புகள் எடுக்கிறேன்.

எம்.ஏ. முதலாண்டு மாணவர்களுக்கு மாதிரித் தேர்வு நடந்தது. தேர்வு மேற்பார்வையாளராக நியமிக்கப்பட்டு மாணவர்களுக்கு கேள்வித் தாள்கள் கொடுத்துக்கொண்டிருந்தேன்.

தேர்வு தொடங்கி அரை மணி நேரம் கழித்து ஒரு மாணவன் வந்தான். சட்டையெல்லாம் செம்மண் படிந்திருந்தது. அரைமணி நேரத்துக்குப் பிறகு தாமதமாக வந்தால் தேர்வு அறையில் அனுமதிக்கக் கூடாது. நான் தாமதத்திற்கான காரணம் கேட்டேன். அதற்கு, அந்த மாணவன் சொன்ன காரணம் நெகிழ்வாக இருந்தது.

"காலைல பஸ் ஸ்டாப்ல நின்னுட்டிருந்தேன் சார். என்னைக் கடந்து ஒரு மாட்டு வண்டி போச்சு. வண்டி முழுக்க ரோஜாச் செடி. செம்மண் கொட்டி அதுக்கு மேல மஞ்சள், சிவப்பு, வெள்ளைன்னு வெவ்வேறு கலர்ல பூத்த ரோஜா செடிங்கள பாலீத்தீன் பைகளில் அடைச்சி பாக்கறத்துக்கே சந்தோஷமா இருந்துச்சு சார். செடி அம்பது ரூபான்னு வித்துட்டிருந்தாங்க.

கார், பஸ், ஸ்கூட்டர்னு ஹாரன் சத்தம் அதிகமா கேட்கவும் மாடு மிரண்டு தாறுமாறா ஓடுச்சு. வண்டி அப்படியே ஒரு சுவத்துல முட்டி குடசாஞ்சிடுச்சி. எல்லாரும் அவங்க அவங்க வேலையா போறாங்களே ஒழிய யாருமே இத கவனிக்கல. செடிங்க மேல பஸ் டயரு ஏறிப் போறதப் பாக்க பாவமா இருந்துச்சு. நான்தான் கூடமாட இருந்து எடுத்து அடுக்கி வைச்சேன். அதான் லேட்டாயிடுச்சு" என்றான்.

எனக்கு என் பால்யத்தை அவனிடம் பார்த்த மாதிரி இருந்தது. மாநகரத்துக்கு பாலித்தீன் பைகளுடன் வந்த ரோஜாச் செடிகளும், புத்தகங்களுடன் வந்த அந்த மாணவனும் பத்திரமாக வீடு திரும்ப வேண்டுமென கலைப்பட்டுக்கொண்டே அந்த மாணவனைத் தேர்வு எழுத அனுமதித்தேன்.

செம்மண் படிந்த கைகளால் தேர்வுத் தாளை வாங்கினான்.

'குறிஞ்சிப் பாட்டில் கபிலர் சொன்ன தொண்ணூற்றிஒன்பது பூக்களைப் பட்டியலிடுக!' என்று முதல் கேள்வி இருந்தது.

சித்தார்த்தன் புத்தனான இரவு

வாழ்க்கையின் ஆகச்சிறந்த சுவாரஸ்யம் எதில் இருக்கிறது?

அடுத்த கணத்தில் என்ன நடக்கும் என்று தெரியாத அதன் மர்மம்தான் என்று படுகிறது!

முன்பின் பரிச்சயம் இல்லாத மலைப் பாதையைப்போல புதிது புதிதான திருப்பங்களையும் தரிசனங்களையும் கொடுக்கிறது வாழ்க்கை. ஒவ்வொருநாளும் நம்மை எப்படி கட்டமைக்கப் போகிறது? திகட்டத் திகட்ட சந்தோஷங்களை ஊற்றியா? சோகங்களின் சங்கிலித் தொடர்களில் சிக்க வைத்தா? வெறுமையின் இருட்டறையிலிருந்து நிராசைகளை நிரப்பியா?

எங்கோ ஒரு மூலையில் ஒளிந்துகொண்டிருக்கும் ஆச்சரியங்களும் அதிர்ச்சிகளும் நம்மைப் பதில் தெரியாத ஒரு பிரதேசத்துக்கு அழைத்துச் செல்கின்றன. எவ்வளவு திட்டமிட்டுத் தொடங்கினாலும், நம்மையறியாமல் நம் நாட்களின் நிகழ்வுகளை இயற்கையின் கை மாற்றி எழுதுகிறது. இந்தப் புதிர்தான் வாழ்க்கையின் சவால்!

காலத்தின் முடிவிலிருந்து கிளம்பும் ஒரு சின்ன தொலைபேசிக்குரல்; முத்திரை குத்தப்பட்ட ஒரு கடிதம்; வழியில் சந்திக்க நேரும் ஒரு சிநேகம்; சட்டென்று அந்த தருணத்தின் வெயில், காலம், இடம் போன்றவற்றின் கண பரிமாணத்துடன்

நம்மை மாற்றி அமைக்கும் யாரோ ஒருவரின் வாக்கியம் என வாழ்க்கையின் சதுரங்கப் பலகையில் பலவிதமான காய்கள் நம்மை நோக்கி நகர்த்தி வைக்கப்படுகின்றன. கட்டங்களை மீறும் குற்றம் கலந்த குறுகுறுப்புடன் நாம் நகர்ந்துகொண்டிருக்கிறோம்.

தினசரி வாழ்க்கையில் சில கேள்விகள் நம்மை புதிர் வழிப் பாதைகளில் சுழலவிடுகின்றன. பிரபஞ்சமே கேள்விகளின் அணுக்களால் அசைந்துகொண்டிருக்கிறது. எனக்குள் சில கேள்விகள் உண்டு. கொஞ்சம் மெனக்கெட்டால் அந்தக் கேள்விகளில் சிலவற்றுக்கு பதில் கிடைத்துவிடக்கூடும். ஆயினும் அவை கேள்விகளாக இருப்பதே எனக்குப் பிடித்திருக்கிறது.

முதல் முறை நான் மாநகரத்துக்கு வந்து அடுக்குமாடிக் குடியிருப்பு ஒன்றின் லிஃப்ட்டில் நுழைந்து பயணித்தபோது காட்டு மிருகங்களின் குகைக்குள் நுழைந்ததைப்போல அடிவயிற்றில் பயத்துடனும் பாதுகாப்பு தேடும் பரபரப்புடனும் இருந்தேன். இன்றுவரை கூட்டம் இருக்கும் போதுதான் லிஃப்ட்டில் பயணிக்கிறேன். ஆளற்ற தனித்த லிஃப்டுகள் என்னை அழைக்கும்போது அவற்றைப் புறக்கணித்து, பத்தாவது மாடியானாலும் படியேறிக் கடக்கிறேன்.

விஞ்ஞானத்துக்கு முன் தோற்றுப் போகும் இந்தப் பயத்தின் ஆதிமூலம் என்ன? எப்போது வேர்க்கடலை வாங்கிச் சாப்பிட்டாலும் பாக்கெட்டில் இருக்கும் கடைசிக் கடலை மட்டும் சொத்தைக் கடலையாகவே வருகிறதே ஏன்? எங்கள் தெருவுக்கு வழக்கமாக கடிதம் சுமக்கும் தபால்காரர் யாருமற்ற சாலைகளில் செல்லும்போதுகூட சைக்கிளின் மணியை விட்டுவிட்டு அடித்துக்கொண்டு செல்வது ஏன்? நிசப்தமான இரவுகளில் பூனைகளின் குரல் குழந்தைகளின் அழுகையைப் போல் ஒலிக்கிறதே ஏன்? எந்த ஊரின் பேரும் நிலையத்தில் கேட்டாலும் இஞ்சி மரப்பா விற்பவர்களின் குரல் ஏன் கரகரப்பாகவே இருக்கிறது? எல்லா பாட்டுக் கச்சேரிக் குழுவிலும் வெள்ளை பேண்ட் வெள்ளை சட்டை அணிந்து நெற்றியில் குங்குமத்துடன் நாற்பது வயது மதிக்கத்தக்க ஒருவர் டி.எம்.எஸ். குரலில் லயித்துப்பாடுவது ஏன்? பௌர்ணமி இரவுகளில் வேப்ப மரத்தடியில் பேய் கதை சொல்லும் தாத்தாக்கள் எல்லாம் கடைசியில் பேய்களின் சுண்டுவிரல்களை அறுத்து வைத்துக்கொள்வதேன்? புது செருப்பின் வாசம் மட்டும் ரகசியமாக முகர்ந்து பார்க்கச் சொல்வது ஏன்?

நிறைய வீடுகளில் முதுமையின் கடைசி இருபது வருடங்கள் தாத்தாவும் பாட்டியும் ஒரே வீட்டில் வாழ்ந்தாலும் பேசிக்கொள்வதில்லை. அவர்களின் உறவுக்குள் எந்த தருணத்தில் அந்த இடைவெளி வந்தது? எல்லா ஊர் டீச்சர்களும் ஏன் வெயில் காலங்களில்கூட பூப் போட்ட குடையுடன் பள்ளிக்கு வருகிறார்கள்? இப்போதும் காலமற்ற காலத்தில் நள்ளிரவில் புருஷனிடம் கோபித்துக்கொண்டு திரும்பும் பெண்களின் கண்ணீர் படிந்த கைவிரல்கள் பிறந்தகத்தின் கதவைத் தட்டிக் கொண்டிருப்பது ஏன்? கண்ணாடி மாளிகைகளைக் கண்டால் கல்லெடுத்து எறிந்து பார்க்கச் சொல்லி அடிமனதில் துடிக்கும் வன்மத்தின் காரணமென்ன? ஆண்கள் எப்போதாவது வெட்கப்படும் அபூர்வ தருணங்களில் அழகாக இருப்பது ஏன்? ஆடு சைவம்தான், அதை ஏன் அசைவம் என்று சொல்கிறோம்? மழை காமத்தையும், வெயில் வெறுமையையும் ஞாபகமூட்டுவது ஏன்? சித்தார்த்தன் புத்தனான இரவு என்ன நடந்தது?

நேற்று முன்தினம் சாலையில் சிக்னலுக்குக் காத்திருக்கையில் அருகிலிருந்த வண்டியிலிருந்த குழந்தை என்னைப் பார்த்து அதிகப்படியாக ஐந்து நிமிடம் புன்னகைத்துக்கொண்டிருந்ததே ஏன்? சுற்றுலாவுக்கு அழைத்துச் செல்லும் பேருந்துகள் எல்லாம் சொன்ன நேரத்தை விட சிலமணி நேரம் தாமதமாகவே புறப்படுவதேன்? அம்பாசிடர் காரைப் பார்க்கும் போதெல்லாம் தவழ்ந்துகொண்டிருக்கும் ஒரு குழந்தையின் சித்திரம் மனதில் விரிகிறதே ஏன்? பால்யத்தின் பள்ளிக்கூட நண்பர்களை நினைக்கும்போது மட்டும் அவர்களின் பெயர்கள் இனிஷியலுடன் வருவதேன்? மரண வீட்டில் அழுகைக்கு நடுவே காத்திருக்கும்போது மட்டும் வழக்கமான நேரத்துக்கு முன்பாகவே அதிகமாகப் பசிப்பதேன்?

இப்படி இன்னும் நிறையக் கேள்விகள் கிராமம், நகரம், மாநகரமென எங்கு வாழ்ந்தாலும் என்னைத் தொடர்ந்து கொண்டிருக்கின்றன. இப்படிப்பட்ட கேள்விகள்தான் தினசரி வாழ்க்கையின் மீது முப்பரிமாண வண்ணங்களை ஊற்றுகின்றன என்று தோன்றுகிறது.

நாம் களிமண்ணாக இருக்கிறோம், கேள்விகளே நம்மை வனைகின்றன.

நாம் குளமாக இருக்கிறோம், கேள்விகளே நம்முள் அலை எழுப்புகின்றன.

பென்சில்கள் கூர்தீட்டப்படுகின்றன

ஒளியற்ற, ஜன்னல் குறுகிய அந்த சமையல் அறையில் இருந்து கடலில் வசிக்கும் ஆக்டோபஸ் ஜந்துவின் எண் கால் போல் ஆதிக்க கரங்கள் நீண்டு வளைத்துப் போட்டன. கால்கள் இறுக இறுக கட்டுண்டு கிடந்தனர் ஆனந்தமாக; அவை இடுப்பை இறுக்கினால் ஒட்டியாணம் என்றும்; காலைச் சுற்றினால் கொலுசு என்றும்; தலையில் பட்டால் கிரீடம் என்றும் நினைத்துக்கொண்டனர் பெண்கள். நாலாபுறமும் கம்பிகள் எழுப்பிய உலகில் புகுந்துகொண்டு அதை ராஜ்ஜியம் என்று நினைத்து அரசோச்சினர்.

– *அம்பை*

("வீட்டின் மூலையில் ஒரு சமையலறை" தொகுப்பிலிருந்து)

காட்சி ஒன்று

ஒரு கிராமத்தின் பேருந்து நிறுத்தம். பின்னிரவு மூன்றரை மணி. தூரத்துப் பனைமரங்கள் பௌர்ணமி வெளிச்சத்தில் நிழல் கோடுகளாக வளைந்து மண்ணில் விழுந்துகொண்டிருந்தன. சுவர்க்கோழிகளும் பூச்சிகளும் இரவின் ஆழத்திலிருந்து முனகிக்கொண்டிருந்தன. நான் கைப்பை சகிதம் நின்றுகொண்டிருந்தேன்.

அந்தக் கிராமத்திலிருந்து பதினெட்டு மைல் தாண்டி இன்னொரு குக்கிராமத்தில் நண்பனுக்குத் திருமணம். என்னுடன் பச்சையப்பன் கல்லூரியில் படித்தவன். இந்தக் கிராமத்தின் பெயர் சொல்லி அங்கிருந்து அவன் ஊருக்கு நிறைய மினி பஸ்கள் வரும் என்று சொல்லியிருந்தான். இருந்த ஒரு மினி பஸ்ஸும் புளியம்பூக்கள் தலைமேல் உதிர, கடைசிப் பயணம் முடித்து உறங்கிக்கொண்டிருந்தது. அந்த ஊருக்கு அருகே சர்க்கரை ஆலை ஒன்று இருப்பதால் அந்த வழியாக லாரிகள் செல்லும், கொஞ்சம் காத்திருங்கள் என்று ஒருவர் சொல்ல அகாலத்தில் காத்திருந்தேன்.

நான்கு மணி வாக்கில் கரும்புகளை ஏற்றிக்கொண்டு ஒரு டிராக்டர் வந்தது. கைகாட்டி நிறுத்தி விவரம் சொன்னதும் ஏற்றிக்கொண்டார்கள். கயிறு பிடித்து ஏறி கரும்புக் கட்டுகளின் மேல் உட்கார்ந்தபடி வானத்தைப் பார்த்தேன். தெளிந்த நிலவில் நட்சத்திரங்கள் கண் சிமிட்டிக்கொண்டிருந்தன. ஒளியும் இருளும் கலந்து கவிழ்ந்துகொண்டிருந்த அந்த டிராக்டரில் என்னருகே மூன்று பேர் அமர்ந்திருந்தார்கள். இரண்டு ஆண், ஒரு பெண். மூவருக்கும் முப்பது வயதுக்குள்ளிருக்கும். அந்தப் பெண் அழுதுகொண்டிருந்தாள். மெல்லச் சிணுங்கும் அவளை அருகிலிருந்தவன் “சும்மா இரு” என்றபடி கோபமாக முறைத்துக்கொண்டிருந்தான். நீண்ட நேரம் அழுததால் அவள் கன்னம் வீங்கியிருந்தது. அந்நியனான என் இருப்பால் அவள் அழுகை சத்தம் குறைந்து சன்னமாகியிருந்தது தெரிந்தது.

செம்மண் புழுதிகளைக் கிளப்பியபடி இரவைக் கிழித்துக்கொண்டு வண்டி ஒரு ஏரிக்கரை மேல் சென்று கொண்டிருந்தது. பின்னிரவில் பெயர் தெரியாத ஊரில் அழும் பெண். நான் வேறெங்கோ வேடிக்கை பார்ப்பதுபோல் அவர்களைப் பார்த்துக்கொண்டிருந்தேன். திடீரென்று அந்தப் பெண் சத்தமாக அழத் தொடங்க அருகிலிருந்தவன் அவளைக் கன்னத்தில் அறைந்தான். இரவின் மௌனத்தில் அந்த அறையின் சத்தம் பன்மடங்காய் ஒலித்தது. ‘‘பேசாம இருக்கமாட்டே!” என்றபடி இம்முறை அவள் கூந்தலைப் பற்றி இழுத்து மீண்டும் ஒரு அறை. அவள் அழுதபடி எதிரிலிருந்தவனிடம் கெஞ்சினாள். “பாருண்ணே... நான் உன்கூடவே இருந்திர்ரேண்ணே... இப்படித்தான் அங்க எல்லாரும் அடிக்கிறாங்க... இவருகூட என்னை அனுப்பாதே...” எதிரில் இருந்தவன், “சும்மா இரு

புள்ள... அனுசரிச்சுப் போ உங்க அண்ணி இல்லியா... எல்லா இடத்திலயும்தான் கஷ்டமிருக்கு..." என்றான். இந்தப் பெண்ணின் பக்கத்திலிருந்தவன் கணவன் என்றும் எதிரிலிருந்தவன் அவளது அண்ணன் என்றும் புரிந்தது. அவள் இருவரையும் பரிதாபமாகப் பார்த்துக்கொண்டிருந்தாள். பொலபொல வென்று விடிந்து, நான் செல்ல வேண்டிய கிராமத்தில் இறங்கிக்கொண்டேன். அந்தப் பெண் இன்னமும் அழுதுகொண்டிருந்தாள் கரும்பு வாசத்துடன் நண்பனின் வீட்டை அடைகையில் வாசலில் பந்தல் போட்டு முற்றத்தில் மணப்பெண்ணுக்கு நலங்கு வைத்துக்கொண்டிருந்தார்கள்.

காட்சி இரண்டு

காஞ்சிபுரம் நகரம். அப்போது நான் ஏழாவது படித்துக் கொண்டிருக்கிறேன். பள்ளி முடிந்து சாலையோரமாய் நடந்து வருகிறேன். தேரடி வீதியில் பெருங்கூட்டமாய் பரபரப்பு தெரிகிறது. என்னவென்று ஓடிப்போய் பார்க்கிறேன். வீதியில் லுங்கி கட்டிய ஒருவன் மேலே வெற்றுடம்புடன் வேகமாக ஓடுகிறான். அவனது கையில் மேல் மூடியற்ற ஒரு இட்லி குண்டான் இருக்கிறது. அந்த குண்டானுக்குள் ரத்தம் தோய்ந்த கூந்தலுடன் ஒரு இளம் பெண்ணின் வெட்டப்பட்ட தலை. உடலற்ற வெறும் தலை. அம்மன் சிலையைத் தூக்கிச் செல்வதைப்போல இட்லி குண்டானில் உள்ள தலையுடன் வேகமாக நடந்து செல்கிறான். இருபக்கமும் கூட்டம் அதிர்ந்து போய் வேடிக்கை பார்க்க காவல் நிலையத்துக்குச் சென்று சரணடைகிறான். மறுநாள் செய்தித்தாள்களில் படித்த அவனது வாக்குமூலம் "சாப்பாட்டுக்கு உப்பு எடுத்துட்டு வாடின்னு கூப்பிட்டேன்... கண்ணாடியப் பார்த்துட்டு நிக்கிறா... ரெண்டு மூணு தடவ கூப்பிட்டுப் பார்த்தேன்... வரலை... அழகா இருக்கான்னு கர்வம்... உசுரு இருந்தாத்தானே... ஒரே போடு... எல்லாரும் அவ முகத்த பாக்கணும்னுதான் இட்லி குண்டான்ல வெச்சித் தலைய கொண்டுவந்தேன்... புருஷனுக்கு அடங்காதவ உயிரோட இருக்கக் கூடாது..." அதற்குப் பிறகு எந்த இட்லி குண்டானைப் பார்த்தாலும் அதற்குள் வெட்டப்பட்ட ஒரு பெண்ணின் தலை மட்டும் தெரிகிறது.

காட்சி மூன்று

சென்னை மாநகரம்... நண்பருடன் அவரது ஹீரோ ஹோண்டாவின் பின்னால் அமர்ந்திருக்கிறேன். அண்ணா சாலையில் சிக்னலுக்குக் காத்திருக்கிறோம். சிக்னல் விழுந்து வண்டி கிளம்புகிறது. எங்கள் வண்டியை முந்திக்கொண்டு ஒரு ஸ்கூட்டியில் கல்லூரிப் பெண் ஒருத்தி வேகமாகச் செல்கிறாள். நண்பரும் வேகமெடுக்கிறார். அந்தப் பெண்ணைத் தாண்டி மீண்டும் ஒரு சிக்னலுக்குக் காத்திருக்கையில் அதே பெண் இப்போது எங்களைக் கடந்து செல்கிறாள். இம்முறை நாங்கள் செல்ல வேண்டிய இடது பக்கத் திருப்பத்தை விட்டு விட்டு நண்பர் அந்தப் பெண்ணின் வண்டியைத் துரத்துகிறார். மறந்து விட்டார் என்று நினைத்துக்கொண்டு “நாம எக்மோர் போகணும் சார்” என்கிறேன். ‘‘இருக்கட்டும் சார்... வீம்புக்குன்னே நம்மளத் தாண்டி போறா... பொட்டச்சிக்கு அவ்வளவு இருந்தா நமக்கு எவ்வளவு இருக்கும்?” நூலிழையில் மூன்று விபத்துகளில் சிக்காமல் தப்பி அந்தப் பெண்ணைத் தாண்டி அவளைப் புள்ளியாக பின்தொடர விட்டு விட்டு நண்பர் சிரிக்கிறார். அப்போதுதான் அவரது தலைக்கு மேல் பார்க்கிறேன் இரண்டு கொம்பு முளைத்திருக்கிறது. இரண்டாயிரம் வருஷத்து கொம்பு.

காட்சி நான்கு

கணிப்பொறி திரைக்கு முன் அமர்ந்திருக்கிறேன். யாகு மெஸஞ்சர் புதிய தகவல் என்று சத்தம் எழுப்புகிறது. கணிப்பொறி சிநேகிதி ஃபரிபா ஆன்லைனில் இருந்து தகவல் அனுப்புகிறாள். ஃபரிபா, ஈரான் நாட்டு சிநேகிதி. கணவன் மற்றும் இரண்டு குழந்தைகளுடன் ஈரானில் வசிக்கிறாள். கவிஞர், அங்கு ‘பள்ளத்தாக்கு’ என்ற அர்த்தம் கொண்ட பெயரில் சிறு பத்திரிகை நடத்தி வருகிறார். ஈரான் நாட்டு திரைப்பட இயக்குனர் மக்ஸ்ன் மக்மல் பஃப் இன் ‘காஃபே’ என்ற படத்தைப் பற்றியும் மக்ஸனின் மனைவி மார்ஷியா இயக்கிய ‘தி டே பிகேம் வுமன்’ படத்தைப் பற்றியும் மக்ஸனின் இருபது வயது மகள் சமீரா இயக்கிய ‘தி ஆப்பிள், ப்ளாக்போர்ட்’ படத்தைப் பற்றியும் ஈரானிய இயக்குனர்கள் அப்பாஸ், மஜ்ஜித்

ஆகியோரின் படங்களைப் பற்றியும் சிலாகித்துச் சொல்கிறேன். தோழியும் அவற்றின் அழகியலையும் பெண் அடக்குமுறைக்கு எதிரான நுண்ணிய பதிவையும் ஆமோதிக்கிறாள். கடைசியாய் அவர் சொன்ன தகவல் "இங்க ஈரான்ல பெண்களை பர்தா இல்லாமல் சினிமாவில் குளோசப் ஷாட் எடுக்கக் கூடாது. பெண்களுக்கும் கலைக்கும் எதிராக நிறைய சட்டங்கள்... கிட்டத்தட்ட ஏழெட்டு சென்சார்கள் உண்டு... இந்தியாவில் எப்படி?" என்று கேட்கிறார். "நாங்கள் பர்தாவைக் கயிறாக்கி அதற்கு தாலி என்று பெயர் வைத்திருக்கிறோம்" என்கிறேன்.

காட்சி ஐந்து

சென்னையில் எங்கள் வீடு. கூட்டுக்குடும்பம். பாட்டி, தம்பி, ஐந்து மாமாக்கள், மாமிகள் அவர்களின் பிள்ளைகள் என ஒரே காம்பௌண்டில் ஒன்றாக வாழ்கிறோம். நான்காவது மாமாவின் பெண் கார்த்திகா எப்போதும் துறுதுறுவென்று கேள்விகளால் துளைத்துக் கொண்டிருப்பாள். ஆறு வயதுதான் ஆகிறது. அவளது கேள்விச் சங்கிலிகள் பதில்களால் அவிழ்க்க முடியாதபடி இருக்கும். நிலாவ பல்லால கடிச்சுத் தின்னா என்னாகும்? பட்டாம்பூச்சிக்கு யார் பெயிண்ட் அடிச்சாங்க? பல்லி ஏன் பல்லியையே சாப்பிடுது? ஏசு ஏன் கையில ப்ளஸ் வச்சிருக்காரு, மைனஸ் எங்க போச்சு? இப்படி தினம் தினம் நிறைய கேள்விகள். ஒருமுறை அவள் சாக்லேட் வேண்டுமென்று அடம் பிடித்தபோது கடைக்கு அழைத்துச் சென்று வாங்கிக் கொடுத்தேன். கூடவே பத்து பென்சில்களும் வாங்கிக் கொடுத்தேன். ஒரு பென்சில் போதும் என்றாள். "வச்சிக்க... நிறைய படி... நிறைய எழுது... இரண்டாயிரம் வருஷமா நீ கேட்க வேண்டிய கேள்விங்க நிறைய இருக்கு... அதையெல்லாம் இதில எழுதி கேட்கணும்... கேப்பியா" என்றேன். ஒன்றும் புரியாவிட்டாலும் கேட்பேன் என்று உற்சாகமாகத் தலையாட்டினாள். நேற்று பார்த்தபோது அதிலொரு பென்சிலுக்குக் கூர்தீட்டிக்கொண்டிருந்தாள்!

ரயிலின் கடைசிப் பெட்டியும் ஜன்னலோர இருக்கையும்

அன்புள்ள மாநகரத்துக்கு கிராமம் எழுதும் கடிதம்.

‘அன்புள்ள’ என்று இந்தக் கடிதத்தைத் துவங்குவதற்கு, தயக்கமாக இருக்கிறது. அடுத்த வீட்டில் வசிப்பவர்கள் பெயரைக் கூடத் தெரிந்துகொள்ளாத உன்னிடம், அன்பையும் மனித நேயத்தையும் எங்ஙனம் எதிர் பார்ப்பது? ஆயினும், அன்பைக் கொல்ல எந்த ஆயுதமும் கண்டுபிடிக்கப்படவில்லை என்கிற நம்பிக்கையில் இக்கடிதத்தை எழுதுகிறேன்.

அப்போது நாம் இருவரும் காடாக இருந்தோம். நம்மிலிருந்து பறக்கும் ஒவ்வொரு பறவையும் தங்கள் சிறகுகளில் காட்டின் வாசத்தைச் சுமந்து சென்று, உச்சிக்கும் உச்சியில் மேகங்களில் அடைத்து வைத்தன. மேகங்கள் அவற்றில் நீர்மை தெளித்து, திரும்பவும் காட்டுக்கே அனுப்பி வைத்தன. லட்சோப லட்சம் தேனீக்களின் ரீங்காரங்களுடன், மலை தன் மௌனத்தைக் கலைத்து அருவியாக உரையாடியது. நதிகள் பூக்களின் மகரந்தங்களுடன் பள்ளத்தில் விழுந்து, அணில் குஞ்சுகளும், புள்ளிமான்களும், காட்டெருமை களும், பாம்புகளும், கொஞ்சம் தள்ளி புலிக்குட்டிகளும் கால் நனைக்க,

பொங்கிப் பெருக்கெடுத்து தூரங்களைத் தேடிக் காணாமல் போனது.

முதல் மனிதன் உருவானபோது காடு அவனை பயமுறுத்தியது.

இரண்டாம் மனிதன் உருவானபோது காடு அவனுக்குப் பழக்கமானது.

மூன்றாம் மனிதன் உருவானபோது காடு அவனுக்குக் கற்றுக் கொடுத்தது.

நான்காம் மனிதன் உருவானபோது காடு அவனிடம் கட்டுப்பட்டது.

அடுத்தடுத்த மனிதர்கள் உருவானபோது, காடு அவர்களிடம் காயப்பட்டது.

மூச்சுத்திணறிய காட்டின் கடைசி சுவாசத்திலிருந்து நான் கிராமமானேன். தூரத்துக் காடுகளை மேடாக்கி, நீ நகரமானாய். நகரங்களின் சுவர்கள் விதைகளாய் விழுந்து கம்பிகளுடன் வளர்ந்தபோது, மாநகரமானாய். ஒரே மரத்திலிருந்து பிரிந்த வேரும் கிளைகளும் நாம் என்பதை, நீ அறிவாயா? என் வேர் மண்ணுக்குள் புதையப் புதைய, உன் கிளைகள் விண்வெளிகளில் அலைந்தன. ஒன்றை மட்டும் உனக்கு நினைவுபடுத்த விரும்புகிறேன். எத்தனை விஸ்வரூபமாய் விஞ்ஞானம் வளர்ந்தாலும், வேருடன் தொடர்பற்ற கிளைகள் அந்தரத்தில் அலைவது சாத்தியப்படாது.

எங்கள் பறவைகளின் சிறகுகளில், உன் பெட்ரோல் புகை கறுப்பு வண்ணமடிக்கிறது. வழி தப்பிய எங்கள் வண்ணத்துப் பூச்சிகள், உன் கல்லறைத் தோட்டங்களின் மஞ்சள் பூ மீது ஹாரன் சத்தத்துடன் இளைப்பாறுகின்றன.

எங்கள் நதிகளின் ஊற்றுக் கண்களில் உன் தொழிற்சாலையின் சாயக் கழிவுகள், நீரற்ற நதிகளின் அடி ஆழத்தில் மணல் லாரிகளும்... மண்வெட்டும் சத்தங்களும்...

எங்கள் காய்கறித் தோட்டங்களில் ரசாயன உரங்களின் உப்புக்காற்று. எங்களைச் சுற்றி ரசாயனக் காற்று; ரசாயன முத்தம்; ரசாயன மனிதன்.

எங்கள் குழந்தைகளின் மூளைகள் பாறைகளில் அறையப் படுகின்றன. 'ஏபிசிடி உங்கப்பன் தாடி'க்குப் பிறகு, குழந்தைகளின் கனவில் சாக்பீஸ் துண்டுகளுக்குப் பல் முளைத்து, கணக்கு வாத்தியார்களையும் கணிப்பொறிப் பெட்டிகளையும் கடித்துத் தின்கின்றன.

தெருக்கூத்து கட்டியக்காரனுக்கு தவளையைக் கட்டி மாலை போட, நீர் நிலைகளில் தேடித் திரியும் எங்கள் சிறுவர்கள் தொலைக்காட்சிப் பெட்டியின் முன்பும் திரையரங்குகளின் இருட்டுக்குள்ளும்...

காற்றைப்போல இயல்பாய் இருந்த எங்கள் காதலிலும் காமத்திலும் உன்னால் இன்று எதிர்பார்ப்புகளின் இரும்புத் துண்டுகள்.

எங்கள் ராமசாமிகளும், முனுசாமிகளும் உன்னைத் தேடி வந்து, ரமேஷாகவும், மகேஷாகவும் மாறிவிடுகின்றனர்.

எஞ்சியிருக்கும் எங்கள் காற்று, எங்கள் கலாசாரம்; கண்ணீர்த்துளி, எங்கள் களிப்புகள்; இவற்றின் மேல் உன் கறுத்த நிழலின் தடயங்களை விட்டுச் செல்லாதிருப்பாயாக.

காட்டுப் பிரியத்துடன்,
கிராமம்

* * *

அன்புள்ள கிராமத்துக்கு,

மாநகரம் எழுதுவது. உன் கடிதம் இரண்டு நாட்கள் கழித்து கையில் கிடைத்தது. நான் உனக்கொரு இணைய தளம் தயாரித்துள்ளேன். அதன் முகவரி www.கிராமம்.com இதன் வழியே அனுப்பப்படும் இந்தப் பதில் மின்னஞ்சல், அடுத்த பத்து நொடிகளில் உனக்குக் கிடைத்துவிடும். உனக்கும் எனக்கும் இப்படித்தான் இரண்டு நாட்கள், இரண்டு வாரங்கள், இரண்டு மாதங்கள், இரண்டு வருடங்கள், இரண்டு யுகங்கள், என இடைவெளி பெருகிக்கொண்டே இருக்கிறது.

நதி நகர்ந்து வந்தால்தான் கடலை அடைய முடியும். நாகரிகமும் நதியைப் போன்றது. ஒரு நாட்டின் முதுகெலும்பு கிராமம் என்றால், மாநகரமே அதன் மூளையாக இருக்கிறது.

மாநகரங்கள் மனித குல வளர்ச்சியின் குறியீடு. 'இயற்கையின் அமானுஷ்யப் பெருவெளிக்கு முன், நான் அற்பமானவன் இல்லை. புள்ளிக்கும் புள்ளியாய் என் இருப்பைச் சுருக்க முடியாது' என, மனிதன் தன்னைக் காட்டிக்கொள்ள எழுந்தவையே மாநகரங்கள்.

காடு என்பது அமைதி மட்டுமல்ல. நீ காட்டின் அமைதியைப் பிரதிபலிக்கிறாய் என்றால், நான் காட்டின் பரபரப்பையும், போராட்டங்களையும் பிரதிபலிக்கிறேன். முதல் தீயின் தகிப்பும் முதல் மிருகத்திடம் பலியான உயிரிழப்பும் முதல் புயலின் அலைக்கழிப்பும் நம்மைக் குகைகளில் அடைத்தன. காடு ஏற்படுத்திய பயத்தில்தான் காட்டிலிருந்து நான் காணாமல் போனேன். காட்டிலிருந்து தொலைவது என்பதும் காட்டுடன் தொலைவது என்பதும், சாதாரணமானதல்ல. உன்னைப்போலவே எனக்குள்ளும் காட்டின் சுவடுகள் எஞ்சியுள்ளன. எங்கள் கான்கிரீட் வனங்களின் அறைகளில், கண்ணாடித் தொட்டிகளில் இன்னமும் மீன்கள் அலைந்துகொண்டிருக்கின்றன. மாநகரத்துக் குழந்தைகள் பால்யத்தைக் கடக்கையில் நாய்க்குட்டி வளர்ப்பதும், மீன் தொட்டி அமைப்பதும், வேட்டை சமூகத்தின் காட்டு நிழலன்றி வேறு என்ன?

ரயிலின் கடைசிப்பெட்டியில் தடதடப்பு குறைவாக இருக்கும். முதல் பெட்டியில் உணரும் இரைச்சலிருக்காது. நீ கடைசிப்பெட்டி எனில், நான் அதன் எஞ்சினாக இருக்கிறேன். எஞ்சினும் கடைசிப்பெட்டியும் சேர்ந்ததுதான் ரயிலின் இயக்கம். எனக்குள்ளும் நல்லன உண்டு. மனிதர்களை ஜாதியின் பெயரால் பிரிக்கும் தெருக்கள் என்னிடம் இல்லை. உன்போல் ஊருக்கு ஒதுக்குப்புறமாய் ஜாதிக்கொரு சுடுகாடு இல்லை. மரணத்தின் சுவடுகளை கணத்திற்குக் கணம் பார்த்தபடி என் நாட்கள் விடிகின்றன. மரணத்தின் நுழைவாயிலே போராடும் வெறியை அளிக்கிறது என்பதை, மாநகரத்தைக் கைப்பற்ற நடந்த வரலாற்றின் போர்கள் சொல்லும். திண்ணைப் பள்ளிகளில் இருந்த கல்வியை இடம் மாற்றி, தொழில்நுட்பத்தின் திசைக்குச் செலுத்தியிருக்கிறேன். ஓலைச் சுவடிகளின் மூலிகைகளை முன்னேற்றி, நுண் மருத்துவத்தின் நுழைவாயிலில் நிறுத்தியிருக்கிறேன். மாநகரத்தில் இருந்து கிளம்பும் ஒவ்வொரு

புகைவண்டியும், கப்பலும், விமானமும், விண்கலமும், ஒளியின் வேகத்தை நெருங்கத் துடிக்கும் விஞ்ஞானத்தின் உக்கிரமான சவால் அல்லவா! சோடியம் விளக்குகளின் மஞ்சள் ஒளி கசிய, கருத்தரங்கங்களும், கலாசாரப் பரிமாற்றங்களும் என்னுள் நடக்கவில்லையெனில், உன் இருப்பு பூஜ்யங்களுக்கும் பின்னோக்கியே பயணப்பட நேரிடும். $E = mc^2$ எனும் இயற்பியல் சூத்திரத்துக்குப் பின்னால் இருப்பது, அணு குண்டு ஓசை மட்டுமல்ல, ஐன்ஸ்டீனின் பியானோ இசையும்தான். கிராமம், நகரம், மாநகரம் என எல்லா இடங்களிலும் கடைசி மனிதனின் கண்ணீர்த்துளி இருக்கும் வரை, அன்பின் நதி வற்றாமல் ஓடிக்கொண்டிருக்கும்.

அதே காட்டுப்பிரியத்துடன்,
மாநகரம்

பின்புக்கும் பின்பு, காலமற்ற காலத்தில் கிராமமும் மாநகரமும் சந்தித்துக்கொண்டன.

கிராமம் சொன்னது, "நான் தாழ்வு மனப்பான்மையையும், தூய அன்பையும் கொண்டு வந்திருக்கிறேன்!"

மாநகரம் சொன்னது, "நான் தன்னம்பிக்கையையும், தேடல்களின் பதற்றத்தையும் கொண்டு வந்திருக்கிறேன்!"

இரண்டும் தோளில் கை போட்டுக்கொண்டு, எதிர்காலத்தை நோக்கி நடந்தன!

டிஸ்கவரி புக் பேலஸ் வெளியீடுகள்

நா.முத்துக்குமாரின் படைப்புகள்

1. பட்டாம்பூச்சி விற்பவன் — ரூ.80
2. நியூட்டனின் மூன்றாம் விதி — ரூ.80
3. குழந்தைகள் நிறைந்த வீடு — ரூ.100
4. பச்சையப்பனிலிருந்து ஒரு தமிழ் வணக்கம் — ரூ.100
5. கிராமம் நகரம் மாநகரம் — ரூ.130
6. அ'னா ஆ'வன்னா — ரூ.120
7. கண்பேசும் வார்த்தைகள் — ரூ.140
8. பால காண்டம் — ரூ.90
9. என்னைச் சந்திக்க கனவில் வராதே — ரூ.60
10. நினைவோ ஒரு பறவை — ரூ.200
11. நா.முத்துக்குமார் கவிதைகள் — ரூ.400

நா.முத்துக்குமாரின் இந்த 11 புத்தகங்களின் விலை ரூ.1500

மொத்தமாக வாங்கினால் ரூ.1300 மட்டும்